திருச்செந்தூரில் 1971 ஆம் ஆண்டில் பிறந்த மோகன்தாஸ் என்கிற இயற்பெயரைக் கொண்ட கவிஞர் **மதிவண்ணன்** 1990களில் எழுதத் தொடங்கியவர்.

'நெரிந்து', 'நமக்கிடையிலான தொலைவு', 'ஏதிலியைத் தொடர்ந்து வரும் நிலா', 'நவகண்டம்' ஆகிய நான்கு கவிதைத் தொகுப்புகளை இதுவரை எழுதி வெளியிட்டுள்ளார்.

அம்பேத்கர் பற்றிய அவதூறுகளுக்கு பதிலடியாக 'அண்ணல் அம்பேத்கர் அவதூறுகளும் உண்மையும்', அருந்ததியர்களின் உள் ஒதுக்கீட்டை கோரும் உரையாடல்களை முன் வைத்து 'உள் ஒதுக்கீடு சில பார்வைகள்', 'உள் ஒதுக்கீடு தொடரும் விவாதம்', 'அருந்ததியர்களாகிய நாங்கள்' மற்றும் 'மெல்ல முகிழ்க்கும் உரையாடல்', 'வெளிச்சங்களைப் புதைத்தக் குழிகள்', ஆகிய கட்டுரைத் தொகுப்புகளையும் 'ஆலய நிர்வாகமும் பார்ப்பனர்களும்' என்ற சிறு பிரசுரத்தையும் வெளியிட்டுள்ளார்.

இவை தவிர மொழியாக்கத்திலும் தனது முத்திரையை பதிக்கும் விதமாக மதிவண்ணன், 'ராவ்சாகிப் எல்.சி. குருசாமி சட்டமேலவை உரைகள்', மராட்டிய எழுத்தாளர் சரண்குமார் லிம்பாலேயின் நாவலான 'ஓலம்', சிறுகதை தொகுப்பான 'தலித் பார்ப்பனன்', அசோக் (யாதவ்) எழுதிய 'சாதி-எதிர்-வர்க்கம் சிபிஎம் முன்வைக்கும் கிரிமிலேயர் ஒரு விவாதம்' ஆகிய முதன்மையான நூல்களை தமிழுக்கு தந்துள்ளார்.

தலித்துகளுக்குள்ளும் கடுமையாக ஒடுக்கப்பட்டுள்ள அருந்ததியர்கள் குறித்து வரலாறு, பண்பாட்டுத் தளங்களில் நிகழ்த்தப்படும் அவதூறுகளை முறியடிக்கும் விதமாக 'வெள்ளைக் குதிரை' என்கிற ஆய்விதழையும் சாக்கிய அருந்ததியர்கள் சங்கம் என்கிற அமைப்பையும் நடத்தி வருகின்ற மதிவண்ணன், ஈரோடு பெருந்துறை மருத்துவக் கல்லூரி மருத்துவமனையில் ஊடுகதிர் தொழில் நுட்பவியலாளராக (X-ray Technician) 1997 ஆம் ஆண்டு முதல் பணியாற்றி வருகிறார். தற்போது ஜாதி ஒழிப்பு மணம் புரிந்த காதல் இணையர் ஜெயந்தியுடன் பெருந்துறையில் வசித்து வருகிறார்.

வெளிச்சங்களை புதைத்தக் குழிகள்

ம. மதிவண்ணன்

கருப்புப் பிரதிகள்

வெளிச்சங்களை புதைத்தக் குழிகள்
ம. மதிவண்ணன்
© ஆசிரியருக்கு

இரண்டாம் பதிப்பு: ஜனவரி 2023
முதற்பதிப்பு: ஜூன் 2005

வெளியீடு: கருப்புப் பிரதிகள்
பி 55, பப்பு மஸ்தான் தர்கா, லாயிட்ஸ் சாலை,
சென்னை 600 005.
பேச: 94442 72500
மின்னஞ்சல்: karuppupradhigal@gmail.com

முகப்பு: விஜயன்
உள்வடிவமைப்பு: ஜீவமணி
அச்சாக்கம்: ஜோதி எண்டர்பிரைசஸ், சென்னை 600 005.

விலை: ரூ. 100.00

Velichangalai puthaitha kuzigal
M. Mathivannan
© Author

Second Edition: January, 2023
First Edition: June, 2005

by Karuppu Pradhigal
B55, Pappu Masthan Darga, Lloyds Road,
Chennai 600 005, Tamil Nadu, South India.
Mobile: 94442 72500
Email: karuppupradhigal@gmail.com

Cover: Vijayan
Layout: Jeevamani
Printed by: Jothy Enterprises, Chennai 600 005.

Price: ₹ 100.00

ISBN: 978-81-93498-66-8

என் நடமாடும் நிழல்களான
'சுரேஷி'ற்கும் – 'அனந்து'விற்கும்

கருப்புக் குறிப்புகள்

‘நெரிந்து’ கவிதைத் தொகுப்பின் மூலம் தமிழின் முக்கிய கவிஞர்களில் ஒருவராக அறிமுகமானவர் மதிவண்ணன், தலித்களுக்குள்ளும் மோசமான ஒடுக்குமுறைக்குள்ளாகி வரும் அருந்ததியர்களின் நிலையிலிருந்து தமிழ்ச்சூழலின் நிகழ்வுகளை கூர்மையாகப் பார்ப்பவர், விமர்சிப்பவர். தலித்தியமென முன் வைக்கப்படக்கூடிய சிலக் கருத்துக்களின் மீதும் அவருக்குக் கூரிய பார்வைகள், கறாரான விமர்சனங்கள் உண்டு. இந்த வகையில் அயோத்திதாசப் பண்டிதரின் பார்வைகளுங்கூட பார்ப்பனியத் தன்மையுடையதாகவும் அருந்ததியர் உள்ளிட்ட பல தலித் பிரிவுகளை இழிவு செய்வதாகவும் உள்ளன என்கிறார். பொதுப்புத்தியில் வைத்துப் புகழாரம் சூட்டப்பட்ட சுந்தர ராமசாமியின் ‘தோட்டியின் மகனில்’ வெளிப்படுகின்ற பார்ப்பன சனாதனத்தை நேர்த்தியாக அம்பலப்படுத்துவதோடு, பெரியாரைத் தலித்துகளின் எதிரியாகச் சித்தரிக்க முயலுதல் குறித்தும், சமகாலப் பிரதிகள் சிலவற்றின் மீதும் அவர் முன்வைக்கும் பொறிகிளப்பும் சிந்தனைகள் கடும் சர்ச்சைகளையும் விவாதங்களையும் ஏற்படுத்தக்கூடியவை. இந்நூலை வெளியிட துணை நின்றதோடு சிறந்ததொரு முன்னுரையை வழங்கிய பேராசிரியர் அ. மார்க்ஸ், ஒளியச்சு செய்த ஆதவன் நூலை வடிவமைத்த ஜீவமணி, விஜயன் ஆகியோருக்கும், வழக்கம் போல் எனது வெளியீட்டு முயற்சிகளுக்கு உறுதுணையாய் உடன் நிற்கும் தோழர்கள் அமுதா, ஜெயந்தி, விஜய்ஆனந்த், ஷோபாசக்தி, தமிழ்நாடு சாக்கிய அருந்ததியர் இயக்கத் தோழர்கள் அனைவருக்கும் நன்றிகள்.

தோழமையுடன்
நீலகண்டன்

உள்ளே

- மவுனங்கள் உடைபட வேண்டிய தருணம் - அ. மார்க்ஸ் 11
1. நானும் என் கவிதையும் 19
2. பொதுப் புத்தியில் தோட்டியின் மகன் 26
3. அயோத்திதாசரின் பார்ப்பனியச் சிந்தனைகள் 32
4. பெரியாரும் திராவிட இயக்கமும் 42
5. ஷோபாசக்தியின் கொரில்லா 52
6. 'கூள மாதாரி': பெருமாள் முருகனின் முக்கிய நாவல் 61
7. தடங்கள் மறுக்கப்படும் அருந்ததியர் 67
8. தலித்தியப் பார்வையில் கருப்பு அடிமையின் கதையாடல் ... 70
9. 'ஏறுவெயிலி'ல் வெளிப்படும் சாதிய மனோபாவம் 76
10. தீப்பிடிக்க வைக்கும் இந்துத்துவ எதிர்ப்பு 84

முன்னுரை
மவுனங்கள் உடைபட வேண்டிய தருணம்
அ. மார்க்ஸ்

இத்தொகுப்பிற்கு நீங்கள்தான் முன்னுரை எழுதவேண்டுமென மதிவண்ணன் எழுதியுள்ளார் என நீலகண்டன் சொன்ன போது உடனடியாக நான் அதை மறுத்தேன் மதிவண்ணன் மீது நான் கொண்டுள்ள பிரியமும் நல்லெண்ணமுமே அதற்குக் காரணங்கள், எனினும் மீண்டும் வற்புறுத்தியபோது அதைத் தட்டுவதற்கும் எனக்குத் தெம்பில்லை. இன்றைய இளம் கவிஞர்களுள் மதிவண்ணனுக்கு முக்கிய இடமுண்டு, தலித் கவிஞர்களுள் அவருக்குத் தனிச் சிறப்புண்டு தலித்துகளுள்ளும் பின்தள்ளப்பட்ட ஒரு பிரிவிலிருந்து உருவானவர் அவர். எனவே தலித் கவிதைகளின் சிறப்புக் கூறுகள் யாவும் உச்சபட்சக் கூர்மையுடன் அவரிடம் வெளிப்படுகின்றன. வீரியமிக்க ஒரு தலித் மொழியை அவரிடம் நாம் காண இயலும்.

எனினும் தனது தகுதிக்குரிய ஏற்பைப் பெற இயலாதவர்களில் அவர் ஒருவர் அதற்குப் பல காரணங்கள். முதலாவது காரணம் பீடங்களை அனுசரிக்கத் தெரியாதவராக அவர் இருப்பது இந்தத் தொகுப்பில் அவர் மேற்கோள் காட்டுகிற பெரியாரின் வாசகமொன்று இங்கே குறிப்பிடத்தக்கது: "புகழ் பெறுவதற்கு எவ்வளவு அயோக்கியத்தனம் செய்ய வேண்டுமென்று நான் நன்றாய் அறிவேன்" (பக்: 261). இன்றைய சூழலில் புகழ் பெறுவதற்கு சென்னையிலிருப்பது இன்னொரு தகுதி. அல்லது சென்னைக்கு அடிக்கடி வரவேண்டும். அல்லது குறைந்த பட்சம் செல்ஃபோனாவது வைத்திருக்க வேண்டும். சும்மா வைத்திருந்து பயனில்லை. மாதத்திற்கு குறைந்த பட்சம் ஆயிரம் ரூபாய்க்கேனும் 'சார்ஜ்' செய்ய வேண்டும். இந்தத் தகுதிகள் எதுவும் இல்லாதவர் மதிவண்ணன். எனவேதான் உரிய ஏற்பு அவருக்கு இதுவரை கிடைக்கவில்லை.

இத்தொகுப்பில் பத்து கட்டுரைகள் உள்ளன. முதற் கட்டுரை அவரது கவிதைகள் குறித்த விமர்சனங்கள் மீதான எதிர்வினை. இரண்டு கட்டுரைகள் தலித்தியம் தொடர்பாக இன்று நடைபெற்றுக் கொண்டுள்ள விவாதம் ஒன்றின் மீது அவரது கருத்துக்களை முன்வைப்பவை. மீதி ஏழு கட்டுரைகளும் சமகாலப் பிரதிகள் சிலவற்றின் மீதான அவரது குறுக்கீடுகள். அவரது கவிதைகளில் வெளிப்படும் சுரீரென்ற கோபமும் நறுக்கான வார்த்தைப் பிரயோகங்களுமின்றி மிக்க அமைதியாயும் சீரான பார்வையுடனும் *(Balanced View)* இக்கட்டுரைகளை அவர் எழுதியுள்ளார்.

தனது கவிதை மொழி குறித்த அவரது பதிவுகள் முக்கியமானவை. கவிதை மொழி என்பது கவிஞனின் அனுபவங்களையும் கவிதையின் பாடுபொருளையும் பொறுத்தது. ஞானக் கூத்தன் அல்லது சுந்தர ராமசாமி அல்லது ந. பிச்சமூர்த்தியிடம் காணும் நளினங்களை மதிவண்ணனிடம் நாம் எப்படி எதிர்பார்க்க இயலும்? மேலோட்டமாகத் தெரியும் நளினங்களினூடாகச் சில சமயங்களில் வெளிப்படும் மனித வெறுப்புகளையும் அதனடிப்படையான ஆபாசங்களையும் விடவா மதிவண்ணனின் சொற்பிரயோகங்கள் அருவெறுக்கத் தக்கனவாய் உள்ளன? நாம் எவற்றை அருவெறுப்பானவை என ஒதுக்குகிறோமோ, நினைக்கவும் கூசுகிறோமோ அதனையே வாழ்க்கையாக வாழ்ந்து கொண்டிருப்பவர்களின் மொழியை அளக்கும் அளவுகோல் நம்மிடமுண்டோ?

கவிதையைக் கற்பனைத் திறனுடன் இணைத்துச் சொல்வதே வழக்கம், மதிவண்ணனோ கவிதைகள் உண்மையைப் பேச வேண்டும் என்கிறார். கவிதை மட்டுமன்று இலக்கியம் என்பதே உண்மையைக் கண்டறியும் கருவிகளுள் தலையாயதாகும். மதிவண்ணன் சொல்வதுபோல சிறந்த கற்பனைதான் நல்ல கவிதை என்றால் சில சந்தர்ப்பங்களில் போலீஸ்காரர்கள் எழுதுகிற குற்றப் பத்திரிகைகள் கூட சிறந்த கவிதையாகிவிடக் கூடும்.

சமகாலப் பிரதிகள் மீதான குறுக்கீடுகள் மிகவும் பொறுப்பாய்ச் செய்யப்பட்டுள்ளன. பெருமாள் முருகனின் இரு நாவல்கள் இதில் விமர்சிக்கப்படுகின்றன. ஒரு நாவலில் (ஏறுவெயில்) அருந்ததிய மக்கள் குறித்த சித்திரிப்புகளில் ஆதிக்க சாதிப் பார்வை இழையோடுவதை அடையாளம் காட்டும் மதிவண்ணன்

அவரது இன்னொரு நாவலை (கூள மாதாரி) மனம் விட்டுப் பாராட்டுகிறார். சமகால முக்கியப் பிரதிகளில் ஒன்றாகிய ஷோபா சக்தியின் 'கொரில்லா' பற்றிக் கூற வரும்போது போர்ச் சூழலில் மனித உயிரிழப்புகள் வெறும் அடிக்குறிப்புகளாகிவிடக் கூடிய அவலத்தைச் சுட்டிக் காட்டுகிறார், 'தோட்டியின் மகன்' நாவலைப் பற்றிச் சொல்ல வரும்போது அதன் ஆசிரியர் தகழி சிவசங்கரப்பிள்ளை, மொழிபெயர்ப்பாளர் சுந்தர ராமசாமி ஆகியோரிடம் வெளிப்படும் ஆதிக்க சாதிப் பார்வை இழைகளை அவர் பிரித்துக் காட்டுவதை யாரும் மறுத்துவிட இயலாது. தோட்டிகளின் உரையாடலில் பார்ப்பன வழக்குச் சொற்களைச் சுந்தர ராமசாமி அவரறியாமல் (அல்லது அறிந்தேதானா?) பதித்திருப்பதை மதிவண்ணன் வெளிப்படுத்தும் போது நம்மால் புன்னகைக்காது இருக்க இயலவில்லை. ஆனால் "இழிவுகளால்" மட்டுமே அடையாளப்படுத்தப்படும். அருந்ததியர்கள் வெறுமே புன்னகைத்துக் கொண்டு மட்டுமே இருக்க முடியாது என்பதற்குச் சாட்சியாகத்தான் மதிவண்ணனின் எழுத்துக்கள் அமைகின்றன. சொற்களை மிக நேர்த்தியாகப் பயன்படுத்தக் கூடியவர் எனச் சுந்தர ராமசாமியை அவரது அடியவர்கள் புகழ்வது வழக்கம். அந்த நேர்த்தி, அழகு, லஹரி ஆகியவற்றில் இன்னொரு பக்கத்தை மதிவண்ணன் சுட்டிக்காட்டி விடுகிறார். "பொதுப்புத்தியை மீறாத அருதப்பழசான ஆதிக்க புத்தி" என அவர் கூறுவது தகழிக்கு மட்டுமன்றி சுந்தர ராமசாமிக்கும் பொருத்தமானதே.

தோட்டிகளின் போர்க்குணத்தையும் போராட்டத்தையும் எழுதாதது ஏன் என மதிவண்ணன் சினக்கிறார். வெறும் இழிவுகளையும் ஒடுக்குமுறைகளையும் மட்டுமே பதிவு செய்யாமல் அவர்கள் ஒருங்கிணைவதையும், போராடுவதையும் பதிவு செய்யவேண்டும் என்பதற்கு டானியலின் எழுத்துக்கள் சாட்சி. எனினும் வாழ்வில் நம்பிக்கை வைக்க முடியாத தருணங்களும் உண்டு எனத் தன் கவிதை பற்றி மதிவண்ணன் சொல்வது இங்கும் பொருந்தும் என்றே நினைக்கிறேன். 'நம்பிக்கை வறட்சியை வெளிப்படுத்தும் விதமான கவிதைகளாக எழுதக் கூடாது என்பன போன்ற விதிகள்' கூடாது என அவர் சொல்வதை இங்கு பொருத்திப் பார்க்கும்போது 'தலித் எழுத்துக்கள் போர்க்குணத்தையும் போராட்டத்தையும் வெளிப்படுத்தியே ஆகவேண்டும்' என்றொரு விதியையும் செய்ய இயலாது என்றே தோன்றுகிறது.

‘புதிய பார்வை’ பொறுப்பாசிரியர் மணா தான் எழுதி வரும் தொடரில் ஊமைத்துரை பற்றி எழுதும்போது அருந்ததிய வீரர் பொட்டிப் பகடை பற்றி மிக்க அலட்சியமாகக் குறிப்பிட்டுள்ளதை வேதனை ததும்ப சுட்டிக் காட்டுகிறார் மதிவண்ணன். வரலாற்றில் அடித்தள மக்களின் பங்களிப்பு எப்படிப் பார்ப்பனர்களால் மட்டுமின்றி இடைநிலை ஜாதிகளாலும் புறக்கணிக்கப்பட்டு வருகிறது என்பதையும் கோடிட்டுக்காட்டுகிறார். தி.மு.க. ஆட்சியில் கட்டப்பட்ட (1974) கட்டபொம்மன் நினைவுக் கோட்டையின் தோரண வாயிலில் பொட்டிப் பகடை, முத்தன் பகடை இருவரின் பெயரும் விடுபட்டிருப்பதை மதிவண்ணன் பதிவு செய்கிறார். மறக்காமல் சேர்க்கப்பட்டுள்ள பெயர்களில் சுந்தரலிங்கம் ஒன்று. இவர் தேவேந்திரர் எனப்படும் பள்ளர் இனத்தைச் சார்ந்தவர், அவருக்கு உரிய இடம் அளிக்கப்பட்டுள்ளது மகிழ்ச்சி ஆனால் ‘வீரபாண்டிய கட்டபொம்மன்’ சினிமாவில் (ம.பொ.சி. ஆலோசனையுடன் எடுக்கப்பட்ட படம்) இதே சுந்தரலிங்கம் நகைச்சுவைப் பாத்திரமாகச் சித்திரிக்கப்பட்டது நினைவிருக்கலாம். ஏ. கருணாநிதி என்ற அன்றைய நகைச்சுவை நடிகர் சுந்தரலிங்கமாக வேடந்தரித்திருப்பார். “செவ்விய மடத்தென்ன” என நகைச்சுவை நடிகை முத்துலட்சுமியுடன் சேஷ்டைகள் செய்பவராக அவர் சித்திரிக்கப்பட்டிருப்பார். ஆங்கிலேயே அதிகாரிகளின் கோட்டைக்குள் சென்று செய்திகள் அறிந்து போரைத் தடுக்கும் ஆபத்தான ஒரு பணியை மேற்கொள்வதற்கென அவர் தன்னையே முன் மொழிந்து கொள்ளும்போது கட்டபொம்மனாகிய சிவாஜி கணேசன் சொல்வார்; “பொடியன், பொருத்தமானவன்”. அதே திரைப்படத்தில் வெள்ளையத் தேவனுக்கு அளிக்கப்பட்ட முக்கியத்துவத்தையும் நாம் காணவேண்டும்.

இப்படி இழிவு செய்யப்பட்ட சுந்தரலிங்கத்திற்கு இன்று உரிய ஏற்பு கிடைத்திருக்கிறதெனில் அச்சமூகத்தில் ஏற்பட்டுள்ள அரசியல் விழிப்புணர்வே அதற்குக் காரணம், பொட்டிப் பகடையும் முத்தன் பகடையும் இன்றளவும் அலட்சியப் படுத்தப்படுகிறார்களெனில் அத்தகைய ஒரு எழுச்சி அருந்ததியர் மத்தியில் இன்றும் உருவாகாததே. எனினும் இரா. அதியமான், எஸ்.டி. கல்யாணசுந்தரம், எழில் இளங்கோவன், கோவை ரவிக்குமார் போன்றோரால் ஒரு தளத்திலும் புத்தமித்திரன், மதிவண்ணன் போன்றோரால் இன்னொரு தளத்திலும் இன்று உருப்பெற்றுக் கொண்டுள்ள அருந்ததிய எழுச்சி இந்நிலைக்கு முற்றுப் புள்ளி வைக்கும் என உறுதியாக நம்ப இடமுண்டு.

அயோத்திதாசர் குறித்தும் பெரியார் குறித்தும் மதிவண்ணன் எழுதியுள்ள இரு கட்டுரைகளும் இத்தொகுப்பின் சிகரங்களாக அமைகின்றன. பவுத்தப் பின்னணியில் தமிழ்ச் சமூக வரலாற்றைச் சென்ற நூற்றாண்டின் தொடக்கத்தில் கட்டமைக்க முயன்ற அயோத்திதாசருக்குத் தமிழ் அறிஞர் பாரம்பரியத்தில் உரிய இடம் அளிக்கப்படாதது குறித்து தோழர்கள் சிலரின் ஆதங்கம் நியாயமானதே. எனினும் அவரது ஆய்வு முறையியலையும், அணுகல் முறையையும் சில கருத்துக்களையும் குறிப்பாகப் பறையர்கள் அல்லாத தலித்துகள் குறித்த அவரது சிந்தனைகளையும் நாம் அப்படியே ஏற்க இயலாது. கடும் விவாதத்திற்கும் விமர்சனங்களுக்கும் உரியவைகளாகவே அவை உள்ளன. இது குறித்து நான் ஏற்கனவே எழுதியுள்ளேன். இந்துத்துவப் புத்துயிர்ப்பு நடவடிக்கையின் முதற் கட்டச் செயற்பாடுகளில் ஒன்றான "தியாசிஃபிகல் சொஸைட்டியின் செல்லப் பிள்ளையாக இருந்த அயோத்திதாசரிடம் பார்ப்பன எதிர்ப்பு இருந்த அளவிற்குப் பார்ப்பனிய எதிர்ப்பு கிடையாது. அவர் முன்வைத்த பவுத்தத்திற்கும், அறிஞர் வட்கமி நரசு, அண்ணல் அம்பேத்கர் முதலானோர் முன்வைத்த பவுத்தத்திற்கும் பெரிய வேறுபாடுகள் உண்டு. தலித் விடுதலைக்கான பவுத்தம் அம்பேத்கர் முன்வைத்த பவுத்தமே. பார்ப்பனியத்திற்கு ஆதரவளிக்கக்கூடிய ஒரு அரசியலை முன்னெடுக்க விரும்புவோர்க்கே அயோத்திதாசர் பயன்பட இயலும்."

மதிவண்ணன் குறிப்பிடுவதுபோல தலித்துகளின் ஒரு பிரிவினரான பள்ளர்கள் குறித்து அயோத்திதாசர் காட்டும் மவுனமும் பிற பிரிவிளர்களை 'குறவர், வில்லியர், சக்கிலியர், மலமெடுக்கும் தோட்டிகள்' ஆகியவர் பால் காட்டும் இழிவும் நூறுசதம் ஏற்றுக் கொள்ள இயலாதவை. இயல்பிலேயே தாழ்ந்தவர்கள் தலித்துகளில் ஒரு பிரிவினரை தாழ்த்தப்பட்டவர்கள் என இருமை எதிர்வாகக் கட்டமைத்து அருந்ததியர் உட்பட்ட மேற்குறித்த 'இயல்பிலேயே தாழ்ந்தவர்கள் மீது சுமத்தப்பட்ட இழிவிற்கு அவர் அங்கீகாரம் அளிப்பது கொடூரமானது. பறையர்களை மட்டுமே பூர்வ பவுத்தர்கள் என அவர் முன்வைக்கும் 'ஆய்வும்' அய்யத்திற்குரியதே. 'சாக்கில் பவுத்தர்களே' பின்னாளில் 'சக்கலியர்கள்' என ஆக்கப்பட்டனர் என்று புத்தமித்திரன் போன்றோர் குறிப்பிடுவது சிந்திக்கத் தக்கது.

இந்த அடிப்படையில் அயோத்திதாசரை முற்றாக மறுக்க வேண்டும் என நான் சொல்லவில்லை. ஆனால் அம்பேத்கரின்

பவுத்தத்தைக் கூடச் சற்றே பின்னுக்குத் தள்ளி அயோத்திதாசரை முன்னிலைப்படுத்தும் நம் தோழர்கள் இது குறித்துக் கவனம் கொள்ள வேண்டும். இந்த 'விமர்சனங்களுக்குப் பின்னும் ஏன் வாய் திறக்க மறுக்கிறார்கள்?' என்கிற மதிவண்ணனின் கேள்வி புறக்கணிக்கத் தக்கதல்ல. மவுனங்கள் உடைபட வேண்டிய தருணம் இது.

மகாராஷ்டிர தலித்துகளில் அறுபது சதத்திற்கும் மேற்பட்ட மஹர் பிரிவைச் சார்ந்தவராயினும் அண்ணல் அம்பேத்கர் அவர்கள் ஒட்டுமொத்த தலித்துகளுக்காக மட்டுமே பேசினார். சொல்லப்போனால் மராட்டியத்தையும் தாண்டி இன, மொழி எல்லைகளையும் தாண்டி எல்லாத் தலித்துகளுக்காகவும் பேசினார். அவர் மகர் என்னும் அடையாளத்துடன் இருந்ததில்லை. 'ஒதுக்கப்பட்டவர்களின் நல்வாழ்வுக் கழகம்', 'ஒதுக்கப்பட்ட வர்க்கங்கள் நிறுவனம்', 'அட்டவணைச் சாதியினர் கூட்டமைப்பு', 'பேச்சற்றவர்களின் தலைவன்', 'ஒதுக்கப்பட்ட பாரதம்' என்கிற வடிவிலேயே அவரது இயக்கங்களும், பத்திரிகைகளும் அமைந்தன. அம்பேத்கரின் இந்த வழிகாட்டலை நாம் புறக்கணித்துவிட இயலாது.

பெரியாரைத் தலித்துகளின் எதிரியாகச் சித்திரிக்க முயல்வோருக்கு மதிவண்ணன் அளிக்கும் எதிர்வினையும் முக்கியமானது. ஒட்டுமொத்தமாய் தமிழ்நாட்டு தலித்துகள் அனைவரும் ஏதோ பெரியாருக்கு எதிராய் நிற்பதுபோன்ற ஒரு தோற்றத்தை இங்கு சிலர் ஏற்படுத்தி வருகின்றனர். பார்ப்பன அறிவுஜீவிகளும் பத்திரிகைகளும் இக்கருத்தைப் பரப்புவதில் முன்னிலை வகிக்கின்றன. ஆனால் தலித்துகளில் ஒரு பகுதியினரான தேவேந்திரர்கள் இக்கருத்தைப் பேசுவதில்லை. அருந்ததியர்களின் தலைவரான இரா. அதியமான் அவர்களோ எங்களுக்கு அம்பேத்கர் போலவே பெரியாரும் தலைவரே என்கிறார், பல பத்தாண்டுகளாகக் களத்தில் நின்று போராடிக் கொண்டிருக்கும், வழக்குகளையும் சிறைகளையும் சந்தித்துக் கொண்டிருக்கும் தலித் தலைவர்களான அரங்க குணசேகரன், டி.எம். மணி, பூ. சந்திரபோஸ் போன்றோரும் பெரியாரை மறுப்பதில்லை. மிக மிகச் சிறுபான்மையினரான ஒரு சிலரின் கருத்துக்கள் ஒட்டு மொத்தத் தலித்துகளின் கருத்தாக முன் வைக்கப்படுதலை நாம் தோலுரிக்க வேண்டும். இந்தப் பின்னணியில் மதிவண்ணனின் கட்டுரை மேலும் முக்கியத்துவம் பெறுகிறது. மதிவண்ணன்

சொல்வது போலப் பெரியாரை அவருக்குரிய பங்களிப்புடன் மதிப்பிடுவதென்பதன் பொருள் இன்றைய திராவிட இயக்கங்களைத் தோளில் சுமப்பதென்பதுமல்ல.

வழக்கம்போல மதிவண்ணனின் நூலைப் புறக்கணிக்கிற முயற்சியைச் சிலர் மேற்கொள்ளக் கூடும். தலித் தோழர்கள் இச்சதியை முறியடிக்கவேண்டும். இந்நூல் முன்வைக்கும் கருத்துக்களை வெளிப்படையாக விவாதிப்பதே தலித் அரசியலுக்கு ஆரோக்கியமானது.

கும்பகோணம்   **அ. மார்க்ஸ்**
ஏப்ரல் 24, 2005

நானும் என் கவிதையும்

அநேகமான வரையறைகள் தனது எல்லைக்குள் அடங்காதவற்றின் மேல் செலுத்தப்படும் வன்முறையாக அமைந்து விடுவதைப் போலவே எது கவிதை என்கிற வரையறையும் ஆகிவிடக் கூடும். நீண்டகாலமாக இடதுசாரிப் பார்வையுள்ள படைப்பாளிகளும் வலதுசாரிப் பார்வையுள்ள படைப்பாளிகளும் இத்தகைய வரையறைகளில் இறங்கி ஒருவர் மற்றவர் மீது பிரயோகிக்கும் வன்முறையாக அது முடிந்துவிடுவதை வாசகர்கள் அறியக்கூடும். அகம் சார்ந்த விஷயங்களை வலதுசாரிகளும், புறம்சார்ந்த விஷயங்களை இடதுசாரிகளும் பிரதானப்படுத்தி அகமும் புறமும் ஒன்றையன்று விலக்கிய நிகழ்வுகளாகக் காண்கின்றனர். நம் தமிழ் மரபில் கவிதை இவ்விரண்டு கூறுகளையும் தனக்குள் அடக்கிய ஒன்றாகவே தன்னை அறியத் தருகிறது.

எனவே இதுபோன்ற வரையறைகளில் இறங்காமல், ஒரு கவிஞன் தன் கவிதைகளை, ஏன் எழுதுகிறான், யாராய் இருந்து எழுதுகிறான். எப்படி எழுதுகிறான் அவை எவ்வாறு எதிர்கொள்ளப்படுகின்றன என்பன போன்ற கேள்விகளை எழுப்பி அதற்கு விடை காண்பது பயனுள்ள, பொருள் உள்ள ஒன்றாக இருக்கும் என்று கருதுகிறேன். நான் இக்கேள்விகளுக்கு கவிஞனாக இருந்து என்ன பதில்களைப் பெறுகிறேன் என்பதை இங்கு பகிர்ந்து கொள்கிறேன்.

முதலில் ஒரு கவிஞன் தன் கவிதைகளை ஏன் எழுதுகிறான் என்பது குறித்து பெரும்பாலான அல்லது எல்லா படைப்பாளிகளையும் போல என்னையும் எனக்குத் தெரிந்தவற்றையும் பகிர்ந்து கொள்ள என்பதே என் பதிலாக இருக்கும். அப்படியானால் சமூக மாற்றத்துக்கான ஒரு கருவியாய் நீங்கள் கவிதையைப் பார்க்கவில்லையா என்கிற கேள்வி எழுகிறது. கவிதை எழுதுவதன் மூலம் சமூகத்தை மாற்றிவிட முடியுமா? அதற்கு இடையறாத போராட்டங்களும், அர்ப்பணிப்புடன் கூடிய உழைப்பும்

அல்லவா தேவைப்படும் என்பன போன்ற சந்தேகங்கள் எனக்கு இருக்கின்றன. அதே வேளையில், அரசும், அதை இயக்குகிற ஆளும் வர்க்கமும் கருத்தியல் தளத்தில் தனது ஊடகங்களின் வாயிலாகப் பரப்பி வரும் ஒடுக்குமுறை சார்ந்த கருத்துக்களுக்கு மாற்றாக ஒடுக்கப்பட்டவர்களின் சார்புள்ள கருத்துகளை முன்வைக்கும் பிரதிகளாக என் படைப்புகள் இருக்க வேண்டும் என்ற அறிவும் விருப்பமும் எனக்கு இருக்கிறது.

ஒருவகையில் இது கருத்தியல் ரீதியாக படைப்புகளில் நடைபெறும் போராட்டம் என்று உணருகிறேன். படைப்புத் தளத்தில் இது செயல்படுவதால் ஒரு படைப்பு குறித்த புரிதல்களுடனும், அதன் நேர்த்திகள், நெளிவு சுழிவுகள் இவற்றில் அதிகபட்ச தேர்ச்சியுடன் அந்தப் படைப்புகள் இருக்க வேண்டியதன் அவசியத்தை உணரவேண்டியதும் அவசியமாகிறது. அல்லது வேறு வார்த்தைகளில் சொன்னால், நான் படைப்பாளன் என்று சொல்லிக் கொள்வதனால், என்னுடைய படைப்பு என்று நான் சொல்லிக் கொள்வது ஒரு படைப்புக்குரிய அத்தனை லட்சணங்களும் பொருந்திய ஒன்றாக இருக்க வேண்டும்.

இரண்டாவதாக என் படைப்புகளை நான் யாராக இருந்து எழுதுகிறேன் என்னும் கேள்வி குறித்து. இந்த பின் நவீனத்துவ காலத்தில் வாழ நேர்ந்துள்ள ஒரு மனிதனாக எனக்குப் பலவித பரிமாணங்கள் உண்டு. முதலாவதும் முக்கியமானதுமாக நான் தலித் சாதியில் பிறந்து அதனால் விதிக்கப்பட்டுள்ள, எல்லாவித ஒடுக்குமுறைகளுக்கும் உள்ளான ஒரு தலித். என்னுடைய சக உயிர்களான பெண்களின் மீது அதிகாரம் கொண்ட அவர்களை ஒடுக்குகிற ஆண்களில் ஒருவன். மதம், மொழி, இனம் இவை சார்ந்த வேறு அடையாளங்களும் எனக்கு இருக்கின்றன.

இத்தனை பரிமாணங்களும் கூடிய ஒரு மனிதனாக இந்த அடையாளங்களுடன், சமூகத்துடனும், சக மனிதர்களுடனும் கூடிய உறவில் எழும் சிக்கல்களும், ஒன்றிணைவுகளும் ஆகிய இவற்றின் வெளிப்பாடுகளாகவே என் கவிதைகள் இருக்க வேண்டும் இருக்கின்றன.

ஒரு படைப்பாளனுக்கு இருக்க வேண்டிய சமூகப் பிரக்ஞையும் பொறுப்புணர்வும் குறித்த அறிவு இருப்பவர்கள் ஒடுக்கப்பட்டவர்களின் பக்கமே இருப்பார்கள். நம் சூழலில்

இரண்டு விதமான ஒடுக்குமுறைகள் முக்கியமானவையாய் எனக்குப் படுகின்றன. சாதி, பால் இவை சார்ந்த ஒடுக்குமுறைகளே அவை. ஒடுக்கப்பட்ட சாதியில் பிறந்த ஒருவனாக, எனது தனித்த அனுபவங்கள், கேள்விகள் இவற்றைப் பகிர்ந்து கொள்வது ஒரு கூறு. ஒரு ஆணாக எனக்குள்ளும், எங்களுக்குள்ளும் இயங்கும் அதிகாரம், அது சார்ந்த வன்முறை இவை குறித்த குற்ற உணர்வுடன் அது சார்ந்த விஷயங்களைப் பகிர்ந்து கொள்வது ஒரு கூறு. இப்படி என்னுடைய கொள்கைகளை இரண்டு கூறுகளாகப் பார்க்கலாம்.

அடுத்து ஒரு கவிஞனாக எப்படி என் கவிதைகளை எழுதுகிறேன். என்பது ஒரு முக்கியமான கேள்வி. இப்போதைய கவிதை பெற்றிருக்கும் வடிவம் என்பது ஆங்கிலேயே ஆட்சியின் போதும் அதன் பின்னரும் பெற்ற ஆங்கிலக் கவிதைகளின் தாக்கத்தில் விளைந்த ஒன்று. நம் கவிதை மரபு வரையறை செய்திருந்த நால்வகை பாக்களும், அதன் பின்னர் வந்த விருத்தப்பாவும் ஒரு பொன்விலங்காய் மாறி கவிதையோட்டத்தைக் கட்டுப்படுத்தும் ஒரு தடையாக இருப்பதை உணர்ந்தவர்கள் இந்த வடிவம் கொடுக்கும் சுதந்திரத்தில் மயங்கி இதைத் தேர்வு செய்ய நேரிட்டது. மிகப் பெருந்தொகையில் கவிஞர்கள் எழுதப் புறப்பட்டதும் இவ்வடிவம் கவிதைகளுக்குக் கிடைத்த பின்தான் என்பதை ஒரு சாதகமான விளைவாகவே நான் காண்கிறேன்.

இந்த கவிதை வடிவம் அனுமதிக்கும் எளிமையே கவிதையின் பரவலான பயன்பாட்டுக்குக் காரணம் என்பதை உணரும் அதே வேளையில் மடக்கி மடக்கி எழுதுகிற வெற்று உரைநடையாகிவிடும் அபாயமும் கூடவே நேர்ந்துள்ளது என்பதையும் உணர முடிகிறது.

இவை குறித்த புரிதல்களுடன், கவிதை எளிமையாகவும் அதே வேளையில் ஆழமாகவும் தனக்கே உரிய அழகியல் கூறுகளுடனும் இருக்க முடியாதா என்னும் கேள்வியுடனும்தான் என்னுடைய கவிதைகளை நான் எழுதுகிறேன்.

எல்லாக் கவிஞர்களையும் போலவே, என்னைச் சுற்றியுள்ள உலகமும், அவ்வுலகத்து மனிதர்களும் என்னுள் ஏற்படுத்தும் தாக்கங்களுடன், எனக்கு விதிக்கப்பட்டுள்ள இவ்வாழ்க்கையை எதிர்கொள்ளும் முயற்சியிலேயே என் கவிதைகளும் பிறக்கின்றன. இந்தத் தாக்கங்களில் சில அகவயமானவை. சில புறவயமானவை.

எனவே எனது அக உலகு சார்ந்தும் புற உலகு சார்ந்தும் என் கவிதைகள் முன்வைக்கப்படுகின்றன.

புற உலகு சார்ந்து முன் வைக்கப்படும் கவிதைகள் நேரடியாகவும், உணர்ச்சி வயப்படும் எளிமையான அழகியல் கூறுகளுடனும் இருப்பதையும் அக உலகு சார்ந்த கவிதைகள் குறியீடுகள் போன்றவற்றைப் பயன்படுத்தி சற்று பூடகத் தன்மையுடனும் இருப்பதையும் நான் அவதானிக்க முடிகிறது. அவை அப்படித்தான் இருக்க முடியும் என்று தோன்றுகிறது. நமது கவிதை மரபிலும் கூட அகம் சார்ந்த கவிதைகள் உள்ளுறை, இறைச்சிப் பொருள் போன்றவற்றுடன் பூடகமாகச் சொல்லப்படுகின்றன. புறம் சார்ந்த கவிதைகள் நேரடியாக முன்வைக்கப்படுகின்றன.

என்னுடைய கவிதைகள் எவ்வாறு எதிர்கொள்ளப்படுகின்றன என்பது அடுத்து எழும் கேள்வி, இந்த கவிதைகள் குறித்து என்ன மாதிரியான விமர்சனங்கள் முன்வைக்கப்படுகின்றன என்றும் இதே கேள்வியை வேறுவிதமாகவும் கேட்கலாம்.

என்னுடைய கவிதைகளில் நான் கையாளும் மொழி குறித்தே அதிகமான விமர்சனங்கள் முன்வைக்கப்படுகின்றன. மேல்தட்டு மற்றும் நடுத்தர வர்க்கத்தைச் சேர்ந்தவர்களால், கெட்ட வார்த்தைகள் என்று மதிப்பிடப்படும் வார்த்தைகள் மிகச்சரளமாக என் கவிதைகளில் கையாளப்பட்டிருக்கின்றன. இது குறித்து எழும் அதிர்ச்சியும், மிரட்சியும் கலந்த வார்த்தைகளால் தங்களது அதிருப்தியைப் பதிவு செய்தவர்கள் பலர். கவிதை என்பது உணர்ச்சி, கோபம், வெறுப்பு, பிரமிப்பு, கருணை, அன்பு, ரசனை என்று பல நிலைகளில் இயங்குவது.

ஒரு தலித்தாக நான் பார்க்கும் உலகமென்பது என்னுள் கோபம், வெறுப்பு போன்ற உணர்ச்சிகளையே எழுப்புகிறது. என் கவிதைகளில் வெளிப்படுவது அதிகமும் இத்தகைய உணர்ச்சிகளே. இவ்வுணர்வு நிலைகள் தங்களை வெளிப்படுத்த அத்தகைய வார்த்தைகளையே தெரிவு செய்து கொள்கின்றன. இவ்வுணர்வு நிலை சார்ந்த இன்னும் நிறையப் பேரிடம் இவ்விதமான வெளிப்பாடுகளே நேரும். மராத்தி மொழியிலும், கன்னட மொழியிலும் இரண்டாயிரம் ஆண்டுகளாய்த் தொடரும் கவிதை மரபில் சித்தர்களிடமும் இவ்விதமான உணர்வுநிலையும், பிரயோகங்களையும் நாம் காண முடியும்.

தவிரவும், இவற்றை கெட்ட வார்த்தைகள் என்று மதிப்பிடுவதும் அவற்றை ஒதுக்குவதும் ஒருவகை மேட்டிமை வாதச் செயல்பாடுகள் என்றும் தோன்றுகிறது. அடித்தட்டு மக்கள் இவ்வார்த்தைகளை இயல்பாய் புழங்குவதையும் அவர்களின் கலை வெளிப்பாடுகளிலும் அவை கையாளப் படுவதையும் உணர முடியும். இதுவரையிலான இலக்கியம் என்பது ஆதிக்கச் சாதியினர் கைகளில் ஒரு ஏகபோகச் சொத்தாகவே இருந்து வருகிறது. அவர்கள் வகுத்த இலக்கணங்களும் வரையறைகளும் அவர்களின் வர்க்க நலனை முன்னிட்டே அமைந்தவை என்பதில் அய்யமில்லை, புனிதம், தெய்வீகம் போன்ற கருத்தாக்கங்கள் எவ்வளவு! போலியானவை வன்முறை சார்ந்தவை என்பதை அறிய வரும் தலித் படைப்பாளிகள் இத்தகைய கருத்தாக்கங்களைத் தகர்த்தே ஆகவேண்டிய தேவை இருக்கிறது. கவிதைத் தளத்தில் இத்தகைய தகர்ப்புகளை முன்வைத்தே என் கவிதைகள் இயங்குகின்றன என்றுச் சொல்லலாம்.

அவ்வாறே ஆபாசம், பச்சை என்ற வார்த்தைகளாலும் எனது கவிதை மதிப்பிடப்படுகிறது. எது ஆபாசம் என்று வரையறுப்பது வரையறுப்பவரின் வர்க்கச் சாய்வையும் அதுசார்ந்த முன்முடிவுகளையும் பொறுத்தது. எம்.எப் உசைனின் நிர்வாண சரஸ்வதி ஓவியம் இந்துத்துவ சக்திகளுக்கு ஆபாசமாகத் தெரிகின்றன. அதே வேளையில், மீரட் கலவரத்தில் வெள்ள ஒளி விளக்குகளின் கீழ் இஸ்லாமியப் பெண்களைப் பாலியல் வல்லுறவுக்கு உள்ளாக்கி, அவர்களை நிர்வாணமாய் நடக்கவிட்டு, அவற்றை வீடியோவில் பதிவு செய்வதும், கிறித்துவ கன்னியாஸ்திரிகளை பாலியல் வல்லுறவுக்கு ஆட்படுத்துவதும் ஆபாசமாய்த் தெரிந்ததில்லை. மாறாக அவற்றை நியாயப் படுத்த முனைகிறார்கள்.

தேர்த்தட்டு போன்ற அல்குல் என்று வியக்கும் கம்ப ராமாயணத்தைப் பக்தி இலக்கியம் என்று உச்சிமோந்து புளகாங்கிதம் அடைபவர்களின் கண்ணுக்கு கிழிந்து கிடக்கும் யோனி மயிர் என்கிற பிரயோகம் மட்டும் ஆபாசமாகத் தெரிவதற்கு என்ன காரணம் என்பதைச் சாதியத்தின் வேர்களிலேயே தேடவேண்டும் என்று தோன்றுகிறது.

எனது கவிதைகளின் மீது வைக்கப்படும் மற்றொரு விமர்சனம். மீளலில் நம்பிக்கையில்லாமல் விரக்தி மனநிலையில் இயங்குகின்றன என்பது. நம்பிக்கை வறட்சியை வெளிப்படுத்தும் விதமான

கவிதைகளை எழுதக்கூடாது என்பன போன்ற விதிகளின் மேல் எனக்குக் கொஞ்சமும் நம்பிக்கையில்லை.

ஏலவே சொன்னது மாதிரி என் கவிதைகளை வாழ்வை எதிர்கொள்ளும் முயற்சியிலேயே எழுதுகிறேன். வாழ்வில் நம்பிக்கை வைக்க முடியாத தருணங்களும், விஷயங்களும் எதிர்ப்படும் போது அவற்றை வேறெந்த விதமாகவும் எதிர்கொள்ள முடிவதில்லை. கவிஞனும், அவனது கவிதைகளும் மிகச் சுதந்திரமானவர்கள். இதுபோன்ற சட்டதிட்டங்களுக்கு உட்பட்டு அவர்கள் இருக்க முடியாது. கவிதையாக்கும் முயற்சியில் அவன் எந்தளவு வெற்றி பெற்றிருக்கிறான் என்பதை ஒப்பிடும்போது இவையொன்றும் பொருட்படுத்தத் தக்க விஷயமில்லை என்றே தோன்றுகிறது.

'அற்றைத் திங்கள் அவ்வெண்ணிலவில் எந்தையும் உடையேம் எம் குன்றும் பிறர் கொளார்' என்று தொடங்கும் பாரி மகளிரின் கவிதைக்கு ஈடான சிறந்த கவிதையைச் சொல்ல நாம் மிகவும் சிரமப்படவேண்டியதிருக்கும் என்பது என் கருத்து.

தவிரவும், கவிதை என்பது உண்மையைப் பேசுவது. கவிஞனுக்கு உண்மையைச் சொல்லும் துணிவும் நேர்மையும் தான் மிக முக்கியமானது என்று நான் கருதுகிறேன். கற்பனைத் திறன் பொய் வழக்கு ஜோடிக்கும் போலீஸ்காரர்களிடமும்தான் இருக்கின்றது. எனில் அவர்களின் புனைவுகளை விட கவிஞனின் கவிதை முக்கியத்துவம் பெறுவதென்பது அவனிடம் இருக்கும் உண்மையை முன்னிட்டுத்தான் என்று எனக்குத் தோன்றுகிறது.

கவிதைகளின் புரிதல் தன்மை குறித்தும் விமர்சனங்கள் வைக்கப்படுகின்றன. இவ்விதமான விமர்சனங்கள் எழுவதற்கு இங்கு நிலவும் சூழலே காரணம் என்று தோன்றுகிறது. பெரும்பாலான வாசகர்கள் கவிதைக் குறித்தப் புரிதல் இல்லாமல் இருப்பதுதான் காரணம் என்று தோன்றுகிறது. ஜனரஞ்சகப் பத்திரிகைகளில் வெளிவரும் நகைச்சுவைத் துணுக்குத் தோரணங்களாக வெளிவருவனவற்றை கவிதை என்று நம்பிப் படித்துக் கொண்டிருக்கிறார்கள். தீவிரமான கவிதைகள் என்பது பெரும்பாலான வாசகர்களை அடையாமல் சிறுபத்திரிகை சார்ந்த சின்ன வட்டத்துக்குள் மாட்டிக்கொண்டு அதற்குள்ளே சுற்றிவந்து கொண்டிருக்கிறது. எனவே பெரும்தொகையான வாசகர்கள் கவிதை வாசிப்பில் பயிற்சி அற்றவர்களாக இருக்கிறார்கள்.

இவர்கள் வெகுஜனப் பத்திரிகைகளில் பெற்ற கவிதைகளுக்கான மாதிரி வடிவங்களுக்கு மாறான கவிதைகளை கண்டு மிரள்வதும், கவிதைக்குத் தேவைப்படும் எளிமை குறித்து கொச்சையான வாதங்களை முன்வைக்கிறதுமாய் இருக்கிறார்கள்.

மரபின் எல்லாவிதமான கலைப்படைப்புகளும் தொடர்ச்சியாகவே இயங்கும் தன்மை உடையன. மரபின் தாக்கம் அவற்றுள் நேரடியாகவோ, எதிர்மறையாகவோ இருந்தே தீரும். நம்முடைய மரபில் அகம் சார்ந்த கவிதைகள் பூடகத் தன்மையுடன் இயங்குவது போலவேதான், இப்போது எழுதும் பெரும்பாலான கவிஞர்களின் அகம் சார்ந்த கவிதைகள் பூடகத் தன்மை பெற்றுள்ளன. இவற்றை அம்மரபின் தொடர்ச்சியில் வைத்துப் பார்த்தபின் புரிதல் தொடர்பான கேள்விகளை எழுப்புவது நியாயமாக இருக்கும்.

□ ஓசூர் த.மு.எ.ச. கவிதைப் பட்டறையில் வாசிக்கப்பட்டது 2001

◉

பொதுப் புத்தியில் தோட்டியின் மகன்

தலித்துகளைப் பற்றி தலித் அல்லாத எழுத்தாளர்கள் எழுதி இதுவரை வந்துள்ள படைப்புகளுள் பெரும்பாலானவை முற்போக்கு முகாம்களில் இருந்து வந்தவையே. இவ்வெழுத்தாளர்கள் தலித் வாழ்க்கையை அனுபவித்து அறியாதவர்கள். கண்டும் கேட்டும் அறிந்த குறைவான பகுதி வாழ்வை அவர்கள் தமது சொந்தச் சாதி சார்ந்த வாழ்வில் பெற்ற பார்வையுடன் படைப்பில் முன்வைத்திருக்கிறார்கள். இப்படைப்புகள் தலித்துகளைப் பற்றி அறிந்த தகவல்களுடன் இருந்தாலும் மேலிருந்து கீழாகப் பார்க்கும் பார்வையுடன் புனையப்பட்டிருப்பதால், அவை தலித் வாசகனுக்கு அந்நியமான உணர்வையே அளிப்பவையாய் இருக்கின்றன. தகழி சிவசங்கரப் பிள்ளை எழுதிய தோட்டியின் மகன் இதற்கு மிகச்சிறந்த உதாரணம் என்று சொல்லலாம்.

இதே நாவல், சுந்தர ராமசாமி போன்ற மைய நீரோட்ட செவ்வியல் எழுத்தாளர்களுக்கு மிகவும் உவப்பானதாய் இருக்கிறது.

"தோட்டியின் மகனைப் படித்தபோது விருப்பமும் வியப்பும் மனதில் அலை மோதின. கொடுமையான ஒரு வாழ்க்கையை எவ்வளவு நேர்த்தியாக மனதில் பதியும் படியாகச் சொல்லி விட்டார் இந்த ஆசிரியர். வெளி உலகத்துக்கே தெரியாத ஒரு இருண்ட வாழ்க்கையினூடே எப்படி இவரால் இவ்வளவு சகஜமாக புகுந்து மன உணர்ச்சிகளை அள்ளிக் கொண்டுவர முடிகிறது. தகழி வெளிப்படுத்தியிருப்பது தோட்டியின் வாழ்க்கை சார்ந்த தகவல்களை அல்ல என்பதையும், காலம் அவர்களது அடிமனங்களில் மூட்டும் நெருப்பு என்பதையும் உணர்ந்தபோது மிகுந்த வியப்பு ஏற்பட்டது - இந்த நெருப்பை எப்படி அவரால் மொழியில் மறுஉருவாக்கம் செய்ய முடிந்தது."

இவ்வாறு முன்னுரையில் சொல்லி மெய் சிலிர்த்துப் போகிறார் சு.ரா.

ஆனால் ஒரு தலித் வாசகனின் பார்வையில், கிட்டத்தட்ட அய்ம்பது ஆண்டுகளுக்குப் பின் தமிழில் வெளிவரும் இந்நாவல் மிகுந்த ஏமாற்றத்தையும் சலிப்பையுமே தரக்கூடியதாய் இருக்கும். இந்த ஏமாற்றத்துக்கு வெறுமனே அய்ம்பது ஆண்டுகளுக்கு முன் எழுதப்பட்ட நாவல் என்ற ஒற்றை சால்ஜாப்பு போதுமானதாக இருக்காதென்றே தோன்றுகிறது. இதற்குச் சற்றுப் பிந்தி வெளிவந்த டானியலின் நாவல்களும், பூமணியின் *பிறகு* போன்ற நாவல்களும் தலித் வாசகர்களால் இன்னும் கொண்டாடப்படுவதை இதோடு இணைத்துப் பார்த்தால், ஒரு படைப்பு வாசக மதிப்பீட்டில் சரிந்து போவதற்குக் காலம் மட்டுமே காரணி என்றுச் சொல்லிவிட முடியாது என்பதையும் படைப்பாளனின் பார்வையும் ஒரு குறிப்பிடத் தகுந்த பாத்திரம் வகிப்பதையும் உணர முடியும்.

தகழியின் இந்நாவல் தோட்டிகளின் வாழ்க்கையைப் பேசுகிற ஒன்றாக இருக்கலாம். ஆனால் என்ன வகையான பார்வையில் அவர்களைப் பார்க்கிறது என்பது முக்கியமான கேள்வி. தகழியின் பார்வையைப் பின்வரும் வரிகளில் இருந்து ஓரளவுக்கு நாம் உணர்ந்து கொள்ள முடியும்.

"இன்னும் நுட்பமாகக் கவனித்தால், அவன் கண்களில் தோட்டியின் பேடித்தனமும், தன்னையே சல்லிசாக, அற்பமாக எண்ணிக்கொள்ளும் தாழ்ந்த மனப்போக்கும் இல்லாதிருப்பதையும் தெரிந்து கொள்ளலாம்." (ப. 33)

தோட்டிகள் பேடித்தனம் கொண்டவர்கள். தங்களை அற்பமாக எண்ணிக்கொள்பவர்கள். தோட்டிகளின் கதையை எழுதப் புறப்பட்டவருக்கு இவ்விதமான கருத்து இருக்குமென்றால் அந்தக் கதை என்னவாக இருக்கும் என்பதற்குத் *தோட்டியின் மகனே* சாட்சி.

ஆலப்புழை நகராட்சிக்குத் திருநெல்வேலி பக்கமிருந்து அழைத்துக்கொண்டு வரப்பட்ட தோட்டிகளில் ஒருவனின் மகன் சுடலைமுத்து. தன் மகனையாவது எப்படியாவது தோட்டியாகி விடாமல் தடுத்து நிறுத்தி பெரிய ஆளாக்கி விட வேண்டுமென கனவு காண்கிறான். அதற்காக காட்டிக் கொடுக்கும் சின்னத்தனங்களில் கூட ஈடுபடுகிறான். அநியாயமாய்ச் சேர்த்த பணம் முழுவதையும் முனிசிபல் தலைவர் அபகரித்து விட காலராவில் அனாதையாய் சாகிறான். இறுதியில் அவனின் மகன் தோட்டியாகவே மாறிய பரிதாபம் நிகழ்ந்தது. இந்த துயரக் கதையைப் பிழியப்பிழிய

தருகிறார் தகழி ஊடே தோட்டித் தொழிலாளர்களின் அவலங்கள், முறையான ஊதியமின்றி, வசிப்பிடமின்றி, காலராவிலும், வைசூரியிலும் கூட்டம் கூட்டமாய் சாகவிதிக்கப்பட்ட அவர்கள் வாழ்வு ஒரு துன்பியல் சித்திரமாய்த் தீட்டப்பட்டிருக்கிறது.

இந்நாவலைப் பொறுத்தவரை இரண்டு கேள்விகள் முக்கியமானவையாய்த் தோன்றுகின்றன. தோட்டிகளின் வாழ்க்கையைச் சொல்ல நினைத்தவர் கண்களில் நல்ல தோட்டி யாரும் தட்டுப்படவில்லை. சுயநலவாதியும், கருங்காலியுமான சுடலைமுத்துவை முன்வைத்தே நாவலைச் சொல்ல முடிந்தது ஏன்? தனது கொள்கையில் உறுதியும், வர்க்க பேதமும், தியாக உள்ளமும் கொண்டவனாயிருந்த பிச்சாண்டி போன்ற கதாபாத்திரத்தை முன்வைக்க விடாமல் தடுத்தது எது?

அதே போன்று, தோட்டிகளின் போராட்டம் வடிவம் பெறும் காலத்தை முன்னிறுத்தாமல் அதற்கு முந்திய அடிமைக் காலத்தையே தேர்ந்தெடுத்தது ஏன்? முற்போக்கு நாவல் எழுத முற்பட்டவருக்கு அந்தப் போராட்ட காலம்தானே உவப்பானதாக இருந்திருக்க வேண்டும்.

இந்த கேள்விகளுக்கு ஒரே பதில் தான் இருக்க முடியும். அது சிவசங்கரப் பிள்ளையின் ஆதிக்கம் சார்ந்த பார்வையின் விளைவுகள். தகழிக்குத் தீர்மானமாய்த் தெரியும் தோட்டிகள், பேடிகள், முட்டாள்கள், தைரியமில்லா அப்பாவிகள். எனவே வஞ்சிக்கப்படுகிறார்கள். போதாக்குறைக்கு சுயநலக்காரர்களின் கைகளில் அவர்கள் சிக்கிக் கொண்டிருக்கிறார்கள். அவர்களுடைய இழிவுக்கு இந்தச் சமூக அமைப்பே காரணம். ஓரளவுக்கு அவர்களே கூட காரணம். ஆனாலும் ஒரு முற்போக்குப் படைப்பாளியாய் அவர்கள் மீது பரிவு காட்ட வேண்டியது எனது (தகழியினது) கடமை. தோட்டிகளின் கதையை எழுதுவதற்கு இந்த முற்போக்கு பார்முலா போதுமானதாகி விடுகிறது. போதாக்குறைக்கு ஆங்காங்கே செங்கொடி ஊர்வலம், இன்குலாப் ஜிந்தாபாத் சேர்த்துவிட்டால் அற்புதமான முற்போக்குப் படைப்பாகி விடுகிறது. யார் என்ன கேட்க முடியும்?

"தகழி வெளிப்படுத்தியிருப்பது காலம் தோட்டிகளின் அடிமனங்களில் மூட்டிய நெருப்பு" என்று சுந்தர ராமசாமி முன்னுரையில் தமாஷ் பண்ணுவதை ஒதுக்கி விட்டுப் பார்த்தால் நாவல் முழுவதும்

பொதுப்புத்தியை மீறாத தகழியின் அருதப் பழசான ஆதிக்கப் புத்தி வெளிப்படும்.

தம்பூழலுடனும், அதிலிருந்து வெளியேறும் பீயோடும் தொடர்பு படுத்தாமல் தோட்டிகளை நினைக்கவே முடியாது பொதுப்புத்திக்கு. தகழி தன் படைப்பு முழுக்க அப்படியே செய்திருக்கிறார். தோட்டிகள் தமக்குள் பேசினாலும் டிசைன், டிசைனான கக்கூசுகள் குறித்தும், அங்கு பேண்டவர்கள் தின்றது குறித்தும் பேசுகிறார்கள். பிறந்த குழந்தை கூட பீ நாற்றம் நாறுகிறது தோட்டிக்கு. ஒரு தகப்பன் தன் குழந்தையை கொஞ்ச நினைக்கும்போது என்ன மாதிரியான எண்ணங்கள் அவனுள் எழும்? ஒரு தோட்டித் தகப்பனுக்கு இவ்வாறு தோன்றுகிறதாம்.

> "அந்தச் சிசுவுக்கும் அருவருப்பு தோன்றுகிறதோ என்னவோ! துர்நாற்றத்தை உணர அதற்குத் தெரியுமா? தோட்டி குளித்தாலும் நாறுவான். தான் குழந்தையைத் தொடுவதால் ஏதேனும் விபரீதம் நேரிட்டு விடுமோ என்று அவன் சந்தேகப்பட்டான். தோட்டியைத் தொடாமலே அவன் வளர வேண்டும்."

> "குழந்தைக்குச் சோறூட்ட நினைக்கும் போது வருடக்கணக்காய் ஏறி இறங்கிய கக்கூசுகளின் நினைவு வந்து தடுக்கிறது"

என்று இன்னொரு இடத்தில் எழுதுகிறார் தகழி.

"இவங்க மனுஷப் பிறவி என்று நினைச்சுகிட்டிருக்கீங்களா? நல்லா இருக்கு!" என்று நக்கலடிக்கும் கேசவ பிள்ளையே பரவாயில்லை என்பது போல் ஆகி விடுகிறது தகழி நாவல் முழுக்கச் செய்திருக்கும் அட்டூழியத்தால்.

தகழி பொருட்படுத்தி எழுதும் கதாபாத்திரங்களைப் பார்த்தாலே தகழியின் ஆதிக்கம் சார்ந்த பொதுப்புத்தி வெளிப்பட்டுவிடும். போராட்ட உணர்வும், தெளிவும் கொண்ட போராளிகள் எல்லாம் பெயரற்று அடையாளமற்று வந்து போகிறார்கள். சுந்தரத்தின் மகன், பிச்சாண்டியின் மகன் என்ற விளிப்புடன். அடிமை உணர்வு கொண்ட தோட்டிகளே பொருட்படுத்தத் தகுந்தவர்களாக அல்லது முக்கியமானவர்களாக அறியப்படுகிறார்கள். அவர்கள் தான் இசக்கிமுத்து, சுடலைமுத்து, சுந்தரம், முனுசாமி, பழனி, ஔசேப்பு என்ற பெயர்களுடன் வருகின்றனர்.

எனில் அந்த அடிமை உணர்வுதான் தோட்டிகளின் முகமாக அறியப்படுகிறதா தகழியால்? தோட்டிகள் தங்கள் இழிவுகளால் அடையாளம் பெறுகிறார்கள். தோட்டிகளின் புதல்வர்கள் தங்கள் தந்தையரின் இழிவுகளால் அடையாளம் பெறுகிறார்கள்.

நாவல் முழுவதும் பேசப்படும் நாற்றம் இங்கிருந்து தான் கிளம்புகிறது. சாதியம் எனும் பீயில் அளைந்த கையில் சமைத்த படைப்பு பீ நாற்றமடிக்கவே செய்யும்.

முன்னுரையில் சு.ரா. குறிப்பிடுவது போல் கலை உலகில் கடைசி ஏழையாய் இருந்தபோது மொழி பெயர்த்த இப்படைப்பு இதைவிட மோசமாக மொழிபெயர்க்க சு.ரா.வால் கூட முடியாத அளவுக்கு மோசமான மொழிபெயர்ப்பு. அய்ம்பது ஆண்டுகள் கழித்து வெளியிடுவது சந்தை மதிப்புக்காகவோ, எதுக்காகவோ இருந்து விட்டுப் போகட்டும். வெளியிடுவதற்கு முன் திரும்பச் சரி பார்த்தார்களா என்று தெரியவில்லை. சரி பார்த்தார்கள் என்று நம்புவதற்குச் சிரமமாக இருக்கிறது.

> "அந்த கண்கள் சுடலை முத்துவைப் பார்க்கின்றன. ஒரு நீலநிறத் திராவகம் பிணத்தின் கண்களிலிருந்து வடிகிறது." *(ப. 28)*

பிணத்தின் கண்களிலிருந்து திராவகம் வடிகிறது என்றவுடன் மாந்திரீக எதார்த்தவாத படைப்பு என்று யாரும் குழம்பிவிட வேண்டாம். திரவம் தான் திராவகமாக மாற்றப்பட்டிருக்கிறது. மொழி பெயர்ப்பாளரால்.

அதே போன்று, திருநெல்வேலிப் பக்கமிருந்து கொண்டு போகப்பட்ட தோட்டிகள் பேசும் பேச்சும் சிரிப்பை வரவழைக்கிறது. திடீரென்று பிராமணத் தமிழில் உரையாடுகிறார்கள். திடீரென குமரி மாவட்டத் தமிழில் உரையாடுகிறார்கள். ஒரே தமாஷ்தான் போங்கள்.

சில உதாரணங்கள்

> "தோட்டியின் மவன் தாங்குறதெ தெரிஞ்சுகிட்டான், இருந்தாலும் பெரியவனா வளர்ந்து வரச்சேயாவது அந்தக் கறை தீந்து போவணும்" *(ப. 120)*

"தோட்டியா இருக்க வேண்டாம்னு அப்பாட்டெ சொல்லிடு" அம்மா. அதுதான் அப்பா எங்கூட ஒக்காந்து சாப்பிடவே மாட்டேங்குறா. *(ப: 123)*

"இதெல்லாம் விதிதான். வரவேண்டியது நிக்காது தெய்வ சங்கல்பமில்லாம ஒண்ணும் நடக்காது" *(ப. 132).*

"நேத்துப் போட்டுகிட்டு போன நிக்கருக்கு என்னடா குத்தம்? அது வெள்ள வெளேர்னு இருக்குதே." *(ப. 119)*

படைப்பு வெளிப்படும் தருணத்தில் படைப்பாளனின் உன்னத லஹரியில் பாத்திரங்களுக்கு இவ்விதம் நேருமோ என்னவோ.

இவ்வாறான உதாரணங்களை நாவல் நெடுகக் காட்டலாம். அவை தவிரவும் கதை சொல்லியின் மொழியில் இரைந்து கிடக்கும் ரச்மி, சிச்ருஷை, திடசங்கல்பம், ஹாஸ்யம் போன்ற வார்த்தைகள் எரிச்சலை மூட்டுகின்றன.

            ▫ புதிய கோடாங்கி, 2002

              ⊙

அயோத்திதாசரின் பார்ப்பனியச் சிந்தனைகள்

தமிழ்ச்சூழலில் தலித் இலக்கியமும் தலித் அரசியலும் ஓரளவு வேரூன்றி விட்ட நிலையில் சமீப காலமாகத் தலித் அரசியலில் ஒரு புதிய மாற்றம் மிகத் தீவிரமாக முன்வைக்கப்படுவதை வாசகர்கள் அவதானிக்கலாம். தலித் அரசியலில் அறிமுக நிலையில் முன்வைக்கப்பட்ட அம்பேத்கரிய, பெரியாரிய சித்தாந்தங்களில், பெரியாரைக் காலி செய்துவிட்டு அவ்வெற்றிடத்தில் அயோத்திதாசப் பண்டிதரை முன்னிறுத்துவதுதான் அந்த மாற்றம்.

பெரியார் சிந்தனைகளில் தலித் அரசியலுக்குப் பங்களிப்பு செய்ய ஒன்றுமில்லையா? ஒரு சந்தர்ப்பத்தில் பேசிய பேச்சை மட்டுமே வைத்து பெரியாரை தலித்துகளுக்கு எதிராக நிறுத்திவிட முடியுமா? என்பது போன்ற கேள்விகள் ஒருபுறம் இருக்க, தோழர்கள் முன்னிறுத்தும் அயோத்திதாசர் அந்த இடத்துக்குத் தகுதியானவர் தானா என்பதைப் பரிசீலிப்பதும் அவசிமாகிறது. அதோடு விமர்சனப் பார்வையற்ற ஒரு வழிபாட்டுத் தொனியுடனேயே அயோத்திதாசரை முன்வைக்கும் போக்கு தலித் அரசியலுக்கும், தலித் இலக்கியத்திற்கும் ஊறு விளைவிப்பதாகவே அமையும் என்ற புரிதலுடன், அயோத்திதாசரிடம் வெளிப்படும் சாதியக் கூறுகள் முதலானவற்றை ஆய்வுக்குள்ளாக்கும் முயற்சியாகவே இந்தக் கட்டுரை.

தலித்துகளால் தங்கள் தலைவராய் ஏற்றுக் கொள்ளப்பட்ட அம்பேத்கர் அவர் பிறந்த மகர் சாதிக்காரர்களால் மட்டுமல்லாது இந்தியாவில் உள்ள அனைத்து தலித்துகளாலும் ஏற்றுக் கொள்ளப்பட்டவர். இந்த சாதியச் சமூகத்தில் தன்னை ஒடுக்கப்பட்ட சாதித் தன்னிலையாக உணர்ந்த அம்பேத்கர் தன் விடுதலையை எல்லா ஒடுக்கப்பட்ட சாதிகளின் விடுதலையோடு சேர்த்துப் பார்த்தார். எனவேதான் ஒட்டு

மொத்த தலித்துகளின் விடுதலை குறித்தே அவர் சிந்தனை, பேச்சு, போராட்டம் ஆகியவை அமைந்திருந்தன.

மறுதலையாக அயோத்திதாசர் அவர் பிறந்த பறையர் சாதியினராலேயே கூட முழுவதுமாக ஏற்றுக் கொள்ளப்படவில்லை. அயோத்திதாசரும் தன்னை ஒடுக்கப்பட்ட தன்னிலையாக உணர்ந்தாலும் தன் விடுதலையை தன் சாதியின் முன்னேற்றத்தோடு தொடர்புடையதாகவே பார்த்தார். தான் பிறந்த பறையர் சாதி தான் உண்மையான பிராமணர் குலமாகும். வேஷ பிராமணர்களின் சதியால் யதார்த்த பிராமணர்களான பறையர்கள் வஞ்சிக்கப்பட்டுத் தாழ்நிலையிலிருக்கின்றனர் என்கிற விதமாக அவரது புரிதலும், பிரச்சாரமும் இருந்தது.

தமிழகத்தில் தாழ்த்தப்பட்ட சாதியாரின் எண்ணிக்கையில் பிரதானமானவை அருந்ததியர், பறையர், பள்ளர் ஆகிய சாதிகளாகும். இவை தவிரவும் சாதிய ரீதியில் ஒடுக்கப்பட்ட குறவர், கணியான், புதிரை வண்ணார், இருளர், காட்டு நாயக்கர் உள்ளிட்ட பிற ஒடுக்கப்பட்ட சாதிகளையும் உள்ளடக்கியதே தலித் என்ற சொல்லாடலாகும். இவர்களில் பள்ளர் சாதியைக் குறித்துப் பேசவே செய்யாமல் ஒருவித புறக்கணிப்பை நிகழ்த்தும் அதே வேளையில், பிற தாழ்த்தப்பட்ட சாதிகளை மேலாதிக்கம் செலுத்தும் ஒருவித மேட்டிமைப் பார்வையில் கேவலப்படுத்துவதை தனது எழுத்துகளில் தொடர்ந்து செய்கிறார் அயோத்திதாசர்.

அம்பேத்கரின் அட்டவணைச் சாதியார் என்ற விளிப்பு எல்லா தலித்துகளையும் உள்ளடக்குவதாக இருந்தது. தீண்டாமை இழிவுகளை நீக்க எல்லா ஒடுக்கப்பட்ட சாதியாரும் ஒன்றுபடுவதை வலியுறுத்துவது அம்பேத்கரின் சித்தாந்தம். அவருடைய முழக்கமே கற்பி, ஒன்று சேர், புரட்சி செய் என்பது தான்.

அயோத்திதாசரின் பூர்வீக திராவிடர்கள், சாதிபேதமற்ற திராவிடர்கள் என்கிற விளிப்பு பறையர்களை மட்டுமே உள்ளடக்குவதாக இருந்தது. அதோடு ஒடுக்கப்பட்ட சாதிகளின் இணைவை அவர் முன்னிறுத்தவில்லை என்பதோடு அம்முயற்சிக்கு எதிரானவராகவும் இருந்தார் என்பது மிக முக்கியமானதாகும். சனவரி 6, 1909 நாளிட்ட, 'இந்தியாவில் தாழ்த்தப்பட்ட ஜாதியோருக்கு நியமிக்கப்பட்ட சங்கம்' என்ற தலைப்பிட்ட கட்டுரையில் அயோத்திதாசர் இவ்வாறு எழுதுகிறார்.

“இந்த டிசம்பர் மாதம் விடுமுறை காலத்தில் சில பெரியோர்கள் கூடி இந்தியாவில் தாழ்த்தப்பட்டுள்ள சாதியோரை சீர்திருத்த வேண்டும் என்று முடிவு செய்திருக்கிறார்கள்.

இவற்றுள் இயல்பாகவே அறிவின்றி தாழ்ந்துள்ள சில வகுப்பாரும் உண்டு. சாதித் தலைவர்களின் விரோதத்தால் தாழ்த்தப்பட்டுள்ளவர்களும் நாளது வரையில் தாழ்த்தி வருகிறவற்றுள் தாழ்ந்தவர்களுமாகிய ஓர் வகுப்பாரும் உண்டு.

அவர்கள் யாரென்பிரேல் குறவர், வில்லியர், சக்கிலியர், மலமெடுக்கும் தோட்டிகள் இயல்பாகவே தாழ்ந்த நிலையிலுள்ளவர்கள்.

சாதித் தலைவர்களாகும் வேஷ பிராமணர்களால் பறையரென்றும், சாம்பாரென்றும் வலங்கையரென்றும் கூறி அவர்களை சுத்த ஜலங்களை மொண்டு குடிக்க விடாமலும், வண்ணார்களை வஸ்திரமெடுக்க விடாமலும், அம்மட்டர்களை சவரஞ் செய்ய விடாமலும், அந்த ஸ்தான உத்தியோகங்களில் பிரவேசிக்க விடாமலும், ஏதோ துரை மக்கள் கருணையால் ஓர் உத்தியோகத்தை பெற்றுக்கொண்ட போதிலும் அதனினின்று முன்னுக்கு ஏறவிடாமலும் பலவகை இடுக்கங்களைச் செய்து தாழ்த்திக் கொண்டே வருகிறார்கள். இவர்களைத் தாழ்ந்த வகுப்பார் என்று கூறலாகாது. சாதிபேதமுள்ள மற்றவர்களால் தாழ்த்தப்பட்ட வகுப்பார் என்று கூறல் வேண்டும்.

இவற்றுள் கூளங் குப்பைகளுடன் குணப்பெரும் பொருட்களையும் சேர குவித்து குப்பைக் குழியென்பது போல கல்வியிலும், நாகரிகத்திலும், விவேகத்திலும், ஒற்றுமையிலும் மிகுந்து வேஷ பிராமணர்கள் கற்பனா கதைகளுக்கிணங்காமல் விரோதிகளாய் நின்ற திராவிட பௌத்தர்கள் யாவரையும் பறையர். சாம்பார், வலங்கையரென்று தாழ்த்திக் கொண்டதுமன்றி சக்கிலி, தோட்டி, குறவர், வில்லியர் இவர்கள் யாவரையும் ஐந்தாவது சாதியென்னும், பஞ்சம சாதியென நூதன பெயரிட்டு மேன்மக்களாம் பௌத்தர்களையும் அக்குப்பையில் சேர்த்து பஞ்சம சாதியென்று வகுத்திருக்கின்றார்கள். *(அயோத்திதாசர் தொகுதி 1, ப. 97)*

கூளங்குப்பைகள் *x* குணப்பெரும் பொருட்கள்

இயல்பிலேயே தாழ்ந்துள்ள x தாழ்த்தப்பட்டவர்கள்

கல்வி, நாகரிகம், விவேகம், ஒற்றுமையற்ற தாழ்ந்த மக்கள் x இவைகளில் சிறந்த பறையர்கள்

என்கிற விதமாக அயோத்திய தாசர் கட்டமைக்கும் இருமை எதிர்வுகளையும் அவற்றின் பின் ஒளிந்துள்ள சாதியக் கூறுகளையும் தலித் அரசியலில் அக்கறையுள்ள தோழர்கள் கவனிக்க வேண்டும்.

தோட்டிகளின் குழந்தைகள் படிக்கும் கல்விச் சாலைகளுக்கும், பறைக்குழந்தைகள் படிக்கும் கல்விச் சாலைகளுக்கும் பஞ்சமர் பாடசாலையென்ற ஒரே பேரை வைத்து விட்டார்கள் என்று பதறிப் போகிறார் 'தலித் சிந்தனையாளர்'

> 'ஆயிரத்து ஐந்நூறு வருட காலமாக இந்த திராவிட பௌத்தர்களைத் தலையெடுக்க விடாமல் தாழ்த்திப் பலவகை இடுக்கங்களைச் செய்து வந்த சத்துருக்களாகிய வேஷ பிராமணர்களுக்கு பருப்பில் நெய்யை விட்டது போலும், பாலில் பழம் விழுந்தது போலும் மென்மேலும் ஆனந்தம் பிறந்து தங்கள் வஞ்சங்கள் யாவையும் சரிவர நிறைவேற்றி விடுவதற்காக தோட்டிகள் பிள்ளைகளுக்குக் கல்வி சாலை வகுத்து அதையும் பஞ்சமர் பாடசாலை எனக் குறித்து விட்டார்கள்.
>
> இவ்வகை கருத்து யாதெனில் இன்னுஞ் சில காலங்களுக்குப் பின் தோட்டிகள், பறையர்கள் யாவரும் ஒரு வகுப்பாரென்றுங் கூறி இன்னுந் தலையெடுக்க விடாமல் நாசஞ் செய்வதற்கேயாம்." *(அயோத்திதாசர் தொகுதி 1, ப. 138)*

சாதிபேதமற்ற திராவிடர்கள், சாதிபேதமற்ற திராவிடர்கள் என்று மூச்சுக்கு முந்நூறு முறை தங்களைச் சொல்லிக் கொள்ளும் சிந்தனையாளருக்கு சாதிபேதமென்பது எது என்ற சிந்தனையை மட்டும் யாராவது சொல்லிக் கொடுக்காமல் போய் விட்டார்களே என்ற குறைதான் நமக்கு. பறையர் சாதியின் உட்பிரிவுகளுள் உள்ள பேதங்களைத் தான் சாதிபேதம் சாதிபேதம் என்று கருதி இருக்கிறார் நம் சிந்தனையாளர்.

'இயல்பாகவே தாழ்ந்த சாதியார்' குறித்த பட்டியலை இன்னொரு இடத்திலும் தயார் செய்கிறார் தலித் சிந்தனையாளர் அயோத்திதாசர்.

"சாதி பேதமற்ற திராவிடர்களைப்போல் பராய சாதியோர்களால் நசுங்கி குன்றாமல் அவர்கள் சார்பாய் நிற்கும் படுகர். தொதுவர். கோத்தர், குறும்பர், வில்லியர், குறவர் இவர்கள் மீது மிஷிநெரிமார்கள் வேண கருணை வைத்து கல்வி பயிற்சி செய்துவந்த போதினும் கல்வி விருத்தியும், உத்தியோக விருத்தியும் இல்லாமலே மயங்கி நிற்கின்றார்கள். காரணம் இவர்கள் பூர்வம் நல்ல அந்தஸ்தில் இல்லாமல் தற்காலம் இருக்கும் நிலையிலேயே இருந்தவர்களாதலின் கருணை தங்கிய மிஷிநெரியார்கள் யாது விருத்தி செய்யினும் முழு விருத்தியடையாமல் இயங்குகின்றார்கள்.

சாதிபேதமற்ற திராவிடர்களோ அத்தகைய திகைப்பின்றி எங்கு கல்வி விருத்தி கிடைக்கின்றதோ அங்கு விருத்தி பெற்றுச் சுகமடைகின்றார்கள்," (அயோத்திதாசர் சிந்தனைகள் தொகுதி 1, ப. 118)

இந்த பட்டியலில் இயல்பாய்த் தாழ்ந்த வகுப்பினரின் பட்டியல் இன்னும் கொஞ்சம் பெரிதாய் இருப்பதை வாசகர்கள் கவனிக்கலாம். இயல்பாகத் தாழ்ந்த சாதியாய் இருப்பது என்பது எப்படி என்று நமக்கு விளங்கவில்லை, சரித்திரத்தின் பின்னோக்கிய பக்கங்களில் ஒன்றில் இந்த குறிப்பிட்ட சாதியோர் எல்லாம் ஒன்றாய் கூடி இன்று முதல் நாம் இயல்பாய்த் தாழ்ந்த சாதியராய் இருப்போம் என்று பிரதிக்ஞை எடுத்துக் கொண்டார்களா? அல்லது புத்த பகவான் தான் இவர்களை இயல்பாய் தாழ்ந்த சாதியாய் இருக்கக் கடவீர்கள் என்று அருளாசி போந்தாரா, பார்ப்பனியம் வழங்கும் வருணாசிரம தர்மம் குறித்த வரையறைகளையும் பிரம்ம தோற்றுவாய் குறித்த கதைகளையும் அயோத்திதாசர் ஏற்கவில்லை என்பதால் இத்தகைய கருதுகோள்களுக்கு நாம் வரலாம்.

பண்டைத் தமிழரின் ஐவகை நிலமும், அந்நிலத்தில் வாழும் மக்களை குறித்தும் நாம் அறிந்தபடி குறிஞ்சி நிலம் சார்ந்த மக்களாய் அறியப்படுபவர்கள் குறவர்கள் - குறத்தியர்கள் ஆவார்கள், நம் சிந்தனையாளரின் இயல்பாய்த் தாழ்ந்தோரின் பட்டியலில் தவறாது இடம் பெறும் பாக்கியத்தை இவர்கள் பெற்றதும் பெறும் பேறுதான்.

இத்தகைய குறவர்கள் குறித்த தம் அரிய கண்டுபிடிப்பை நம் சிந்தனையாளர் ஓரிடத்தில் வெளிப்படுத்துகிறார்.

"நூதன சாதி வேஷம் பூண்டுள்ள யாவரும் சாதிபேதமில்லாமல் வாழ்ந்திருந்தப் பூர்வகுடிகளைத் தாழ்ந்த சாதிகளெனக் கூறித் தாங்கள் தாழ்த்தி தலையெடுக்க விடாமற் செய்வதுடன் வந்து குடியேறும் அன்னிய தேசத்தாருக்குந் தாழ்ந்த சாதியோர் எனக்கூறி அவர்களாலும் இழிவு கூறச் செய்து மலமெடுக்குந் தோட்டிகளுக்கும், மலோபாதைக்குப் போனால் காலலம்பாது பூனையையும் பெருச்சாளியையும் பிடித்துத் தின்னும் குறவர் வில்லியருக்குங் கற்பித்து இவர்களைத் தாழ்ந்த சாதியோரெனக் கூறச் செய்து வரும் விரோத செய்கைகளையும் நாளுக்கு நாள் கண்டறிய முயன்றமைக்கு..." (11: 1913, அயோத்திதாசர் தொகுதி 1, 469)

நம் தோழர்கள் முன்வைக்கும் தலித் சிந்தனையாளரின் தலித் உணர்வைக் கண்டு நாம் மெய் சிலிர்த்துப் போகாமல் இருக்க முடியாது. பெரியாரின் நம்மில் 'கீழ்த்தர மக்கள், சோறு, சீலை, காசுக்கு அலைபவர்கள்' என்ற பிரயோகங்களை வைத்துக் கொண்டு அந்தக் குதி குதித்தவர்கள் அதே விதமாய் இந்தப் பிரயோகங்களைக் குறித்து என்ன கருத்து கொண்டிருக்கிறார்கள்?

அங்ஙனமே நம் சிந்தனையாளர் துவேஷங் கொள்ளும் இன்னொரு மக்கள் கூட்டம் சக்கிலியர்கள் ஆவார்கள். "இயல்பாய் தாழ்ந்த சாதியாரின்" பட்டியலில் இடம்பெறும். இவர்களை இழித்துப் பேசுவதில் வேறெவரும் அயோத்திதாசரிடம் போட்டி போட முடியாது.

இயல்பாய் தாழ்ந்த சாதியாருக்கான பொதுக்குணங்களான கல்வி நாகரிகம், விவேகம், ஒற்றுமை ஆகியவை அற்ற குப்பை கூளங்கள் என்ற நிரந்தரச் சான்றிதழ் அளித்ததோடு திருப்தி அடையாமல் பறையனாகிய நான் இழிந்தவனா என்று கேட்கும் போதெல்லாம் மேற்படி துர்பாக்கிய சாக்கியரென்னும் சக்கிலியரை நோக்கி கை நீட்டாமல் இருக்க முடியாது அவருக்கு

"தாழ்ந்த சாதியோர் வாசஞ்செய்யும் இடத்தில் உயர்ந்த சாதிகள் போவதில் சாதி கெடும் என்பது அவரது அபிப்ராயமாய் இருக்குமாயில் சக்கிலிப் பிணம், தோட்டிப் பிணங்களை அறுத்து சோதிப்பதை விட பறைச்சேரியின் வழியாகப் போவதால் சாதி கெடமாட்டாது. (செப். 23, 1908, அயோத்திதாசர் தொகுதி 1, ப. 74)

தற்போது கிறிஸ்தவர்கள், பஞ்சமர்கள், மகமதியர்களென்றுக் குறிப்பிட்டு காப்பி வோட்டல் பலகைகளில் வைத்துள்ளவைகள் சாதி சம்பந்தச் செயலாயின் மற்றைய குறவர், வில்லியர், சக்கிலியர், தோட்டிகளென்னும் நான்கு வகுப்பாரும் வரலாமோ, வரக்கூடாதோ விளங்கவில்லை. அவர்களும் வரக் கூடாதாயின் அந்நான்கு வகுப்புப் பெயர்களையும் பலகைகளில் எழுதி வைத்திருத்தல் வேண்டும். *(ஆகஸ்டு 17, 1910, அயோத்திதாசர் தொகுதி 1, ப. 273)*

.... நமது அம்மட்டன் பறையர்களுக்கு சவரம் பண்ணக்கூடாது. நமது வண்ணான் பறையர்களுடைய வஸ்திரங்களை எடுத்து வெளுக்கப்படாது. டாக்டர் வேலையிலமர்ந்து, தோட்டிப் பிணமாயினும் சக்கிலிப் பிணமாயினும் நன்றாய் தொட்டு அறுக்கலாம். உறுப்புகளைச் சோதிக்கலாம். ஆயினும் பறையனை மட்டிலுந்தீண்டடப்படாது." *(பிப். 5, 1913, ப. 452)*

இவை தவிரவும் கம்மாளர், சக்கிலியர், பறையர் உறவு குறித்த ஒரு வாசகரின் கேள்வியையும் அதற்கான பண்டிதரின் பதிலையும் பார்ப்போம்.

வினா: பூர்வ பௌத்த சக்கிரவர்த்திகளின் வமிஷ வரிசையோரும் பௌத்த சிகாமணிகளுமாயிருந்து தற்காலம் பறையரென்று அழைக்கப்படுவோர்களுமாய் ஏழை மாக்கள் விசுவ பிரம்ம குலத்தாரென்னும் கம்மாளரிடம் ஜலபானஞ் செய்யாது சாத முதலியது உண்ணாதுந் தங்களை விட கம்மாளர் கீழானவர்களென்றுக் கொண்டுள்ள வைராக்கியம் யாதுக்கு?

கோசிங்கிகள் என்றழைக்கப்படுஞ் சக்கிலியரை பறையரென்போர் மாமன் மைத்துனன் உறவாய் முறை கொண்டாடி, உண்பன, கொள்வன, கொடுப்பனவைகளில் சம்பந்தப்படாமனிற்பதோ ஒருவருக்கொருவர் வீதிகளில் ஒருவருக்கொருவர் பாதரட்சை அணிந்து ஏகாது உறுதி செய்து கொண்டு இவ்விரு தரத்தாரில் யாரேனுந் தெரிந்தோ, தெரியாதோ வீதிகளில் பாதரட்சை அணிந்து ஏகினால் இருவகுப்பாரும் பஞ்சாய சபைக் கூட்டி தவறு செய்தவனிடம் அபராதம் முதலியவைகள் வாங்கி வருவதெற்றுக்கு? சி. முத்துக்குமாரசாமி, நாதமுனி, தீர்த்தகிரி வாத்தியாயர், ஜோலார்பதி)

விடை: ஜோலார்பதி உபாத்தியாயர்களே சற்று நோக்குவீர்களாக. தாங்கள் வினவியுள்ள சங்கைகள் யாவும் மத்தியில், தோன்றி மறைந்தவைகளேயாம். அதாவது பிராமணர்களென்போருக்கும், கம்மாளர்களென்போருக்கும் சித்தூர் ஜில்லாவில் நேரிட்ட வழக்கில், கம்மாளர் ஜெயம் பெற்றபோது பிராமணர்களென்போர் பறையர்களென்று அழைக்கப்படுவோரை வலங்கையரெனத் தங்களுடன் சேர்த்துக் கொண்டு இவர்களுக்குக் கற்பித்த விரோதச் செயலால் அவ்வகை உண்பினையைத் தவிர்த்து வீண் விரோதிகளாகி விட்டார்களன்றி வேறில்லை. மற்றப்படி இவர்கள் அவர்களுக்குத் தாழ்ந்தவர்களல்ல. அவர்கள் இவர்களுக்குத் தாழ்ந்தவர்களல்ல. பிராமணர்களென்போர் செய்த விரோத செயல்களேயாம்.

வசிஷ்டரைச் சக்கிலிச்சு மகனென்று கூறியுள்ள ஒரு சரித்திரத்தைக் கொண்டும் விஸ்வாமித்திரர் பரம்பரையைக் கொண்டும் மைத்துனர் முறை கொண்டாடி வந்த சில சரித்திரங்களை ஒட்டிப் பேசி வந்த போதிலும் அவர்களது அசுத்த செயலை ஒட்டி உண்பிணையற்றிருப்பதுடன் வாசஞ் செய்யும் வீதிகளில் பாதரட்சை அணிந்து வரப்போகாதென்றுந் தடுத்து வந்தார்கள். *(சனவரி 30, 1912, ப. 675).*

கேள்விகளின் இரு பகுதிகளுக்கான பதில்களுக்கிடையே உள்ள வித்தியாசத்தை உணர முடிகிறதா? கம்மாளரும் பறையரும் சமமானவர்கள். ஒருவருக்கொருவர் உயர்வு தாழ்வில்லை. சக்கிலியர் அவ்வாறில்லை. அவர்கள் அசுத்த செயலை உடையவர்கள். அதனால தாழ்வானவர்கள். கேள்வியாளர் ஒருவருக்கொருவர் என்று இரு தரப்பாரையும் குறிப்பிட்டு கேட்பதற்குத் தந்திரமாய் சக்கிலியரை மாத்திரம் குறிப்பிட்டுப் பதில் சொல்வதை கவனியுங்கள்.

பறையர்கள் பூர்வ பௌத்தர்கள் என்று சொல்வதற்கான காரணங்கள் என்று அவர் காட்டும் அத்தனையும் அருந்ததியர்களுக்கும் பொருந்துவனவாயிருப்பதை ஏன் மறந்து போகிறார் என்பதும் முக்கியமான கேள்வி.

ஆயிரத்தைந்நூறு வருடங்களுக்கு முன் பறையர்கள் நல்ல நிலையில் இருந்தார்கள் என்று துப்பறிந்து சொல்லும் பண்டிதருக்கு ஒரு நூற்றாண்டுகளுக்கு முன்பு வரை கூட படைத் தலைவர்களாக அருந்ததியர்கள் இருந்த வரலாறு ஏன் வசதியாக மறந்துபோகிறது.

மதுரை வீரன், ஒண்டி வீரன், பொட்டிப் பகடை, முத்தன் பகடை, கந்தன் பகடை என்று மாவீரர்கள் பிறந்த மக்கள் கூட்டம் அது என்கிற அறிவு இல்லாமல் வெள்ளைக்காரர்கள் வரும் வரையிலும் இங்கு மலம் கழிக்க கக்கூஸ்கள் என்ற ஒரு தனி அமைப்பு இல்லாமலிருந்தும், அதுவரையில் மனித கழிவுகளை மனிதர் எடுக்கும் அவலம் இல்லாமல் இருந்ததும் குறித்த அறிதல் இன்றி மனித இனம் தோன்றியது முதலே அருந்ததியர்கள் மலமெடுத்து வந்ததைப் போல் அத்தனை அருவருப்புடன் அவர்களைப் பார்க்கச் செய்வது எது?

அதோடு அம்மாமிகள் ஸ்ரீராம ஜெயம் எழுதுவது மாதிரி பக்கத்துக்குப் பக்கம் வண்ணார்களை வஸ்திரமெடுக்க விடமாட்டேனென்கிறார்கள். அம்மட்டர்களை சவரம் செய்ய விடமாட்டேனென்கிறார்கள் என்று புகார் மனு எழுதிக் கொண்டே போகிறவருக்கு அவர்கள் மட்டும் வண்ணார்களாகவும், அம்பட்டர்களாகவும் ஏன் இருக்க வேண்டும் என்கிற கேள்வி மட்டும் ஏன் ஒரு போதும் எழவேயில்லை?

தூய்மை அசுத்தம் என்கிற விதமான எதிர்வுகளை கட்டமைத்து மற்றதை தீட்டு என்று ஒதுக்கி வைப்பது பார்ப்பனீயத்தின் கூறு.

கல்வியறிவில்லாமை, நாகரிகமில்லாமை என்ற காரணங்களினால் மனிதர்களில் சேர்த்தியில்லாதவர்கள் என்று காரணம் சொல்லி கருப்பர்களை ஒடுக்கியது வெள்ளையரின் நிறவெறி சித்தாந்தம். இவ்விரண்டு விதமான பார்வைகளுடனும் பிற தலித் சாதியினரை கேவலப்படுத்தும் போக்கை அயோத்திதாசரிடம் நாம் காணலாம்.

இவ்வாறு, பார்ப்பனீயம் சார்ந்த பார்வையே ஏனைய தலித் சாதிகள் மீதான அயோத்திதாசரின் பார்வை என்பதை நிறுவலாம். மற்றப்படி அவர் தலித்துகளுக்கான சிந்தனையாளர் அல்ல என்பதை நிறுவ அவர் எந்த இடத்திலும் பறையர் தவிர்த்த பிற தலித் மக்களுக்காக ஒரு வரியும் எழுதவில்லை என்கிற உண்மையே போதுமான ஒன்றாகும்.

இவ்வளவு விமர்சனங்களிருக்கையில் அயோத்திதாசரைப் பெரிய ஒளிவட்டத்துடன் முன்னிறுத்தும் தோழர்கள் உண்மையில் அயோத்திதாசரைப் படித்திருக்கிறார்களா? படித்திருந்தால் இந்த கேள்விகள் எல்லாம் அவர்களுக்கு எழவில்லையா? எழுந்தால்

குறித்த விமர்சனங்களை எங்கேனும். முன் வைத்திருக்கிறார்களா? இனியேனும் வைக்கப் போகிறார்களா?

□ புதியதடம், ஜூலை – செப்டம்பர் 2003

பெரியாரும் திராவிட இயக்கமும்

திராவிட இயக்கம் என்பதின் பொதுக்கூறாக வடமொழி எதிர்ப்பையும், பார்ப்பன ஆதிக்க எதிர்ப்பையும் சொல்லலாம். திராவிட இயக்கத்தின் தோற்றம் 1916 இல் தென்னிந்திய நல உரிமைச் சங்கம் தோற்றுவிக்கப்பட்டதில் இருந்து துவங்குகிறது என்று சொல்வர். 1856 முதல் 95 வரையிலான சி.வை. தாமோதரம் பிள்ளை, ஆறுமுக நாவலர் முதலானோர் சைவ நோக்கில் செயல்பட்ட காலத்தையும் திராவிட இயக்கத்தின் முதல் கட்டமாகக் கொள்வார் பேராசிரியர் அ. மார்க்ஸ்.

பார்ப்பனரல்லாதார் வெளிப்படையான அரசியல் இயக்கமாய் செயல்படத் துவங்கியது தென்னிந்திய நல உரிமைச் சங்கம் தோற்றுவிக்கப்பட்ட 1916 ஆம் ஆண்டில் தான் என்று சொல்லலாம். தியாகராய செட்டியார் டி.எம். நாயர், நடேச முதலியார் ஆகியோர் இணைந்து வெளியிட்ட பார்ப்பனரல்லாதார் அறிக்கை (Non Brahmin Manifesto) 1916 டிசம்பரில் வெளிவந்தது.

முதன் முதலில் 1920 ஆம் ஆண்டில் நீதிக்கட்சி தேர்தலில் வெற்றி பெற்று ஆட்சி அமைத்தது. 1937 வரை அக்கட்சியும் அது சார்ந்தவர்களுமே ஆட்சியில் இருந்தார்கள். நீதிக்கட்சியின் சாதனையாக Communal GO என்று சொல்லப்படுகிற வகுப்பு வாரிப் பிரதிநிதித்துவ அரசாணை போன்றவற்றின் மூலம் அரசுத்துறைகளிலும், கல்வியிலும் பார்ப்பனருக்கு இருந்த ஏகபோகம் குறைக்கப்பட்டு குறிப்பிட்ட அளவு பார்ப்பனரல்லாதாருக்கு பெற்றுத் தந்தது என்று சொல்லலாம். இவை தவிரவும், மருத்துவ சட்டக் கல்லூரிகளில் சமஸ்கிருதம் கட்டாய பாடமாக வைக்கப்பட்டிருந்ததை 1921 இல் நீக்கியது, தலித் தலைவர் எம்.சி. ராஜாவை அறநிலையத்துறை அமைச்சராக்கியது போன்றவற்றையும் முக்கியமான பணிகளாகக் கொள்ளலாம் என்பார் பேராசிரியர் தொ. பரமசிவன்.

திராவிட இயக்கத்தின் மிக முக்கியமான தலைவரான தந்தைப் பெரியாரைப் பொருத்தமட்டில், 1916 இல் காங்கிரஸில் சேர்ந்ததில் இருந்து அவருடைய அரசியல் வாழ்க்கை துவங்கியது. 1925 இல் அவருடைய வகுப்பு வாரிப் பிரதிநிதித்துவக் கோரிக்கை காஞ்சிபுரம் மாநாட்டில் கொன்று போடப்பட்டதை முன்னிட்டு காங்கிரஸை விட்டு வெளியேறுகிறார். வெளிவந்ததிலிருந்து சுயமரியாதை இயக்கத்தைத் தோற்றுவித்து செயல்பட்டு வருகிறார். 1938 இறுதியில் நீதிக்கட்சியின் தலைவரான பெரியார் 1944 இல் நீதிக்கட்சியைத் திராவிடர் கழகமாக மாற்றுகிறார். 1949 செப்டம்பர் 17 இல் அண்ணாவால் தி.மு.க தொடங்கப்படுகிறது. 1967 இல் தி.மு.க. ஆட்சியைப் பிடிக்கிறது. 1973 இல் பெரியார் மறைகிறார்.

திராவிட இயக்கத்தின் 1916 முதல் இன்று வரை தொடரும் நீண்ட காலத்தில் 1925 முதல் 1973 வரையிலான காலகட்டத்தில் பெரியாரதும், அவருடைய சுயமரியாதை இயக்கத்தினதும் ஆன குறுக்கீடுகள் இருந்து கொண்டே வந்திருக்கிறது. நீதிக்கட்சியின் ஆட்சியில் மிகவும் முற்போக்கான கீழ்க்கண்ட காரியங்கள் நடப்பதற்கு பெரியாருடைய சுயமரியாதை இயக்கம் மிக முக்கியமான பங்காற்றி இருக்கிறது.

1. பார்ப்பனரல்லாதார், தலித்துக்கள், பெண்கள் ஆகியோருக்கு கல்வி வேலை வாய்ப்புகளில் உரிய பங்கை பெற்றுத் தந்தது.
2. உள்ளூராட்சிகளில் தலித்துகள், பெண்கள் இவர்களுக்கான பிரதிநிதித்துவம் நிலை நிறுத்தப்பட்டது.
3. குழந்தை மணத் தடுப்பு.
4. தேவதாசி முறை ஒழிப்பு.
5. பொது இடங்களை எல்லோரும் பயன்படுத்தும் உரிமை.
6. இந்து அறநிலையத்துறை உருவாக்கப்பட்டது.

இவையெல்லாம் அன்றிருந்த பிற்போக்கான மக்களின் எதிர்ப்பு, பார்ப்பனர்கள், அவர்கள் பத்திரிகைகளின் அவதூறு பிரச்சாரம் இவைகளுக்கு இடையில், இரட்டையாட்சி முறையின் வரம்புக்குட்பட்ட அதிகாரத்தைக் கொண்டே செய்யப்பட்டன.

சுயமரியாதை இயக்கம் இவற்றை எவ்வாறு சாதித்தது என்பது குறித்துப் பெரியார் சொல்வது இது.

சுயமரியாதை இயக்கம் "மனதில் உள்ளதை உள்ளபடி தைரியமாய் வெளியில் எடுத்து சொல்லிற்று பேனாவை தாராளமாய் ஓட்டிற்று. தத்துவார்த்தத்துக்கு இடம் கொடுக்கவில்லை. ஊர்ஊராய் கிராமம் கிராமமாய் பட்டணம் பட்டணமாய் சென்று பட்டி தொட்டிகளிலும் காடு மேடுகளிலும் கூப்பாடு போட்டது. சமயத்துக்குத் தகுந்தபடி பேசவில்லை. பின்னால் பேசவில்லை என்பதைத் தவிர வேறு ஒன்றும் பிரமாதமாகச் செய்துவிடவில்லை."

பெரியார் அப்படிச் சொன்னாலும் கூட மேற்கண்ட சாதனைகளில் அரசு பொறுப்புகளில் அமர்ந்த சுயமரியாதை இயக்கத்திற்கு நெருக்கமான தலைவர்களைக் கொண்டு செய்யப்பட்ட காரியங்கள் சில. கிளர்ச்சி போன்ற போராட்ட உத்திகளால் சாதித்தது சில. உதாரணமாகச் சுயமரியாதை இயக்கம் நடத்திய கோவில் நுழைவுப் போராட்டம் போன்றவற்றைச் சொல்லலாம். இப்போராட்டங்களில் சுயமரியாதை இயக்கத் தொண்டர்கள் கல்லடி, தடியடி பட்டிருக்கின்றனர். கோவில்களில் வைத்து பூட்டப்பட்டிருக்கின்றனர். வழக்குகள் போடப்பட்டு அவற்றை எதிர் கொண்டிருக்கின்றனர்.

2

சாதி ஒழிப்பு என்பதைத் தமிழ்ச் சமூகத்தில் பெரியார் அளவுக்கு மிகத் தீவிரமாய்ப் பிரச்சாரம் செய்தவரும், பொதுத் தளத்தில் முக்கியமான பிரச்சனையாய்க் கட்டி எழுப்பியவரும் எவரும் இல்லை எனலாம். சாதி ஒழிப்பு நடைபெறாமல் தீண்டாமை ஒழிப்பு சாத்தியமில்லை என்று உறுதியாய் நம்பிய பெரியார் சாதி ஒழிப்பு என்பது செங்குத்தான மலைமேல் தலைகீழாய் ஏறுவது போன்ற கடினமான காரியம் என மதிப்பிட்டார். அதற்காக இடைவிடாத பிரச்சாரங்களை மேற்கொண்டார், ஜாதி மறுப்பு திருமணங்களை ஊக்குவித்தார்.

அவர் காலத்திலிருந்த தலித் அல்லாத தலைவர்களை ஒப்பிட்டால் பெரியார் மிக வித்தியாசமான தலைவராக இருந்தார். தாழ்த்தப்பட்டோருக்கென்று வெட்டப்பட்ட 'காந்தி கிணறு' என்ற தனிக் கிணறுகளை திறந்து வைக்க மறுத்தார். தூய்மையின் பெயரால் மாட்டுக்கறி உண்பதன் பேரால் தலித்துகள் மீது இழிவு கட்டமைக்கப்பட்ட போது குடிக்கவே தண்ணீர் இல்லாத போது தலித்துகள் குளிப்பது எப்படி? வருமானம் இல்லாதவர்கள் மலிவான

மாட்டிறைச்சியைத் தவிர வேறு எதை உண்ண முடியும் என்று கேள்வி எழுப்பினார். மது, மாட்டிறைச்சி போன்றவற்றை ஒதுக்கிவிட்டால் தலித்துகளின் சாதி அந்தஸ்து உயர்ந்து விடாது. ஏனெனில் இவை பிற சாதியினரிடமும் உள்ளன. அதனால் அவர்கள் நிலை தாழ்ந்து விடவில்லை. தலித்துகளின் உயர்வுக்கு முதல் நிபந்தனை தலித்துகள் சுயமரியாதை உணர்வு கொள்வது தான் என்று சொன்னார்.

அம்பேத்கரின் தலைமையில் நடந்த தலித்துகளின் அனைத்துப் போராட்டங்களிலும் பெரியாரின் ஆதரவு இருந்தது. பிற தேசியத் தலைவர்கள் என்பவர்கள் அம்பேத்கரைத் தோற்கடிக்க தலித்துகளிலிருந்தே தங்களுக்கு ஆதரவான தலைவர்களை முன்னிறுத்தி பிரச்சாரம் செய்த போதெல்லாம் பெரியார் அம்பேத்கரின் பக்கமே நின்றார்.

எம்.சி. ராஜா போன்றவர்களைப் பலமுறை பெரியார் பரிந்துரை செய்து பேசிய போதும் அம்பேத்கர், ரெட்டைமலை சீனிவாசன் இவர்களுக்கு எதிராக தனி வாக்காளர் தொகுதி விஷயத்தில் எம்.சி. ராஜா காங்கிரஸ், இந்து மகா சபை ஆகியவற்றுடன் சேர்ந்ததற்காக அவரை கண்டிக்கவே செய்கிறார். ஆனால் தமது வழக்கத்துக்கு விரோதமாக நட்பு நிறைந்த மென்மையான மொழியையே கையாளுகிறார்.

1930 இல் தேவகோட்டையில் நடந்த கள்ளர்கள் மாநாட்டில் பள்ளர்கள் மீது கொடுமையான சமூகத்தடை விதிக்கப்பட்ட போது சுயமரியாதை இயக்கம் மட்டுமே அதில் தலையிட்டது. சுயமரியாதை இயக்கத்தினரால் சட்டமன்றத்தில் இருமுறை தீர்மானம் கொண்டு வரப்பட்டு நடவடிக்கை மேற்கொள்ள அரசை நிர்ப்பந்தித்தது. கள்ளர்களை ஜெனரல் டயரோடு ஒப்பிட்டு விமர்சனம் செய்தனர் திராவிட இயக்கத்தினர்.

1930 இல் நடந்த வன்னியர் மாநாட்டில் வன்னியகுல சத்திரியர் என்று தங்களைப் பார்ப்பன மேல் நிலையாக்கம் செய்து கொள்ளும் போக்கையும் நாடார்கள் தங்களை அக்கினிகுல சத்திரியர்கள் என்று முன்வைக்கும் போக்கையும் கண்டித்துக் விமர்சிக்கும் துணிச்சல் பெரியாருக்கு மட்டுமே உரியது.

பெரியாரும் சுயமரியாதை இயக்கமும் தலித்துகளின் நல்வாழ்வுக்காக எத்தனையோ பாடுபட்டிருந்தாலும், சுயமரியாதை இயக்கத்திலேயே

தலித்துகள் இருந்த போதிலும் தன்னை தலித்துகளின் தலைவர் என்று ஒரு போதும் முன்னிறுத்தாத பெரியார், புரட்சியாளர் அம்பேத்கரையே தனது தலைவர் என்று முன்னிறுத்தினார்.

1971 ஆம் வருடத்தில் கலைஞர் மு. கருணாநிதி ஆட்சியில் அனைத்து சாதியினரும் அர்ச்சகராகலாம் என்று சட்டம் கொண்டு வரக் காரணமாய் இருந்தவர் பெரியாரே ஆவார்.

3

திராவிட இயக்கத் தலைவர்களில் மிக முக்கியமானவராகப் பெரியார் இருந்த போதும், திராவிட இயக்கத்திற்கும் தலைமை பொறுப்பேற்று வழி நடத்தியது 1938 இறுதியிலிருந்து 1949 வரையான பத்தாண்டு காலத்திற்குத்தான். இந்த காலத்தில் மட்டுமே திராவிட இயக்கக் கொள்கைகளையும், செயல்பாடுகளையும் தீர்மானிக்கும் பொறுப்பு அவரிடமிருந்தது.

அதற்கு முன்பும், அவருடைய தலைமையை மறுத்து தி.மு.க. என்ற அமைப்பு உருவானதற்கு பிறகும் இருந்த தலைவர்களுக்கும் பெரியாருக்கும் மிகப்பெரிய வித்தியாசம் இருக்கிறது. அவர் ஒருவர் தான் கட்சி அரசியலில் விருப்பமின்றி இயக்கமாகச் செயல்பட்டவர்.

"கட்சி எனப்படுவது குறிப்பிட்ட அதாவது சில உத்தியோகங்களையும் பட்டங்களையும் மக்களுக்கு வாங்கித் தருவது. ஓரளவு மக்களுக்கு நன்மை பயக்க முயற்சிப்பது. ஆனால் இயக்கம் என்பது அவ்வாறல்ல. மக்களின் நிரந்தர உரிமைக்கும் வாழ்க்கையின் நலனுக்கும் ஏற்ற வகையில் உழைத்து ஆவன செய்வது. இன்னும் வேண்டுமானால் இயக்கம் என்பது மக்களின் விருப்பு வெறுப்பை பொருட்படுத்தாது நாட்டின் முற்போக்கு ஒன்றையே குறிக்கோளாகக் கொண்டு உழைப்பதாகும்" என்று கட்சியையும் இயக்கத்தையும் வரையறுப்பார் அவர்.

அவருக்கு முன்பிருந்த திராவிட இயக்கத் தலைவர்கள் பேராசிரியர் அ. மார்க்ஸ் குறிப்பிடுகிற படி பார்ப்பனர்களின் மதச்சார்பற்ற மேலாண்மையை (Secular Hegemony) மட்டுமே எதிர்த்தனர். சடங்கு மேலாண்மையை (Ritual Hegemony) கேள்விக்குள்ளாக்காமல் ஏற்றுக் கொண்டார்கள். பெரியார் காலத்தில் மட்டுமே இவை கேள்விக்குள்ளாக்கப்பட்டன. பெரியார் காலத்திற்குப் பிறகு இவை

பற்றியெல்லாம் திராவிட இயக்கத்தவர்கள் அலட்டிக் கொள்ளவே இல்லை.

திராவிட இயக்கத் தலைவராக பெரியார் இருந்த 1938க்கும் 1949க்கும் இடையிலான காலம் மிகவும் நெருக்கடிக்குள்ளான காலமாய் இருந்தது என்பதையும் நாம் கவனத்தில் கொள்ள வேண்டும். 1938 முதல் தொடங்கிய இந்தி எதிர்ப்புப் போராட்டம் 1940 பிப்ரவரியில் கட்டாய இந்தி திட்டம் திரும்பப் பெறப்படுவதான ஆணை வரும் வரையில் நீடித்தது. அதைத் தொடர்ந்து இந்தியாவின் சுதந்திரம் பார்ப்பனர்களிடம் ஆங்கிலேயரால் ஒப்படைக்கப்படுவது கண்டு கொதித்து தனித் தமிழ் நாடு, தனித் திராவிட நாடு கோரி போராட்டங்களை முன்னெடுத்தார்.

தொடர்ந்து இந்திய சுதந்திரம், அண்ணாவின் தனிக் கட்சியால் இயக்கம் பிளவுபட்டது என்று அந்த காலம் மிகவும் கொந்தளிப்பான காலமாய் இருந்தது அவருக்கு. அவர் கவனத்தை ஈர்க்கும்படியான மிகப் பெரிய பிரச்சனைகளுக்கு அவர் முகங்கொடுக்க வேண்டியிருந்தது.

தி.மு.க. பிரிவினைக்குப் பிறகான பெரியாரின் போராட்டங்கள் இந்துத்துவத்துக்கும் இந்திய தேசியத்துக்கும் எதிரானதுமாகவே இருந்தன. விநாயகர் சிலை உடைப்பு, ராமன் படங்கள் எரிப்பு, ராமனுக்கு செருப்பு மாலை, கம்பராமாயணத்துக்கு தீ, தேசிய கொடி கொளுத்தும் போராட்டம், அரசியல் சட்டத்தின் ஒரு பிரிவை கொளுத்தும் போராட்டம், தமிழ் நாடு நீங்கிய இந்திய தேச படத்தை கொளுத்தும் போராட்டம் இவை அக்காலத்தில் அவர் நடத்திய போராட்டங்களில் சில.

4

திராவிட இயக்கத்திற்குள் பெரியாரைத் தனியாகப் பார்க்க வேண்டிய தேவை இருக்கிறது. அரசியல் பதவி எதையும் நாடாத தலைவராக, கடவுள் மறுப்புச் சிந்தனையோடு பார்ப்பனீயத்தைக் கடைசி வரை எதிர்த்தவராக, வெளிப்படையானவராக, அவர் தனித்த மனிதர். அவருக்கு முன்பிருந்தவரும், பின் வந்தவர்களும் பதவி ஆசையிலும், சுயநலத்திலும் உழன்ற கதை எல்லோருக்கும் விமர்சனங்களை மொத்தமாய்ப் பெரியாரின் தலையில் ஏற்றி விடுவது சரியானதல்ல.

அதைத் தவிரவும் அவரது இயக்கம் சார்ந்த அவரது செயல்பாட்டின் சூத்திரம் பலித்த வரை பார்த்து விடுவது என்பதின் அடிப்படையில் தான். தன்னுடைய இயக்கம் சார்ந்த செயல்பாடு குறித்து அவர் சொல்வதைப் பார்க்கலாம்.

"இந்த இயக்கம் எந்தத் தனிப்பட்ட மனிதனும் வீரனாவதற்கு வீர சொர்க்கம் போய்ச் சேரவும் ஏற்பட்டதல்ல. எனக்கு வீர சொர்க்கத்தில் நம்பிக்கை கிடையாது. காந்திக்கு மேல் ஒருவன் வீரனாகவோ மகாத்மாவாகவோ விளம்பரம் பெற முடியாது. ஆனால் அவரால் மனித சமூகத்துக்கு ஒரு காதொடிந்த ஊசி அளவு பயனும் ஏற்படவில்லை. ஏற்படப் போவதில்லை. வேண்டுமானால் அவருக்கும் அவர் சந்ததிக்கும் பெரிய மதிப்பு ஏற்படும். ஆனால் நான் அப்படிப்பட்ட புகழை விரும்பவில்லை. எனக்குப் புகழ் வேண்டியதில்லை. புகழ் பெறுவதற்கு எவ்வளவு அயோக்கியத்தனம் செய்ய வேண்டுமென்பது நான் நன்றாய் அறிவேன். எத்துறையிலும் நான் இருந்து பார்த்து விட்டுத்தான் இந்த "இழிவு" பெறும் வேலைக்கு மனப்பூர்த்தியாகவே வந்தேன். ஆதலால் நான் புகழ் பெறும் மார்க்கமோ வீரப்பட்டம் பெறும் மார்க்கமோ அறியாதவனல்ல..."

"............ நம் சுயமரியாதை இயக்கத்தின் இப்போதைய வேலையைக் கூட அரசாங்கத்தார் சட்ட விரோதம் என்று சொன்னால் அப்போது என்ன செய்வது என்று கேட்கிறார். இதற்கு நான் தாமதமில்லாமலும் வெட்கமில்லாமலும் உடனே பதில் சொல்கிறேன் என்ன பதில் என்றால் உடனே இயக்கத்தை நிறுத்திவிட்டு பிறகு மேற்கொண்டு என்ன செய்வது என்று நம்பிக்கையுள்ள தோழர்களுடன் கலந்து யோசிப்பேன். ஒன்றுமே செய்ய முடியாமல் போனால் அப்போது ஜெயிலுக்குப் போய் உட்கார்ந்து கொண்டு சுகமனுபவிப்பேன். வீரப்பட்டமும் பெறுவேன். சிறிது வேலை செய்ய இடமிருந்தாலும் புகழையும் "வீரப்பட்டத்தையும்" தியாகம் செய்து விட்டு "பயங்காளி" கோழை, அடிமை என்கிற பட்டங்களை மகிழ்ச்சியோடு வரவேற்று தலையில் சுமந்து கொண்டாவது வேலை செய்வேனே ஒழிய வீண் வம்புக்கும் போலி விளம்பரத்துக்கும் இரையாக மாட்டேன். அறிவு உள்ளவர்கள் சற்று யோசித்துப் பார்க்க வேண்டும்."

அவர் தான் பெரியார். இந்த வெளிப்படையான தன்மையையே அவருக்கு எதிராக நிறுத்தி அவர் தலித்துகளுக்கு விரோதமானவர். பிற்படுத்தப்பட்டவருக்காகத்தான் அவர் போராடினார், அவர் பிற்படுத்தப்பட்டவர்களின் தலைவர் என்பதாக நம் தோழர்கள் முன்வைக்கும் கருத்துகளில் எனக்கு உடன்பாடு இல்லை.

திராவிட கட்சிகள் என்று கூறிக் கொள்பவை இந்துத்துவ மதவாதக் கட்சிகளுடன் கூட்டணி சேர்ந்து சிறுபான்மையோர், தலித்துகள் என்பவர்களுக்கு அபாயத்தை ஏற்படுத்துபவர்களுக்குத் துணை போகிறார்களா என்றால் ஆம்! அவ்வாறுதான் நடக்கிறது.

பெரியார் பெயரை இவர்கள் சொல்லிக் கொள்கிற காரணத்துக்காகவே இன்றைய திராவிட கட்சிகளைத் தலித்துகள் தங்கள் தோளில் தூக்கிச் சுமக்க வேண்டியதில்லை.

அதே நேரம் வேறெப்போதையும் விட இப்போது தான் பெரியாரின் தேவை மிக அதிகமாக இருக்கிறது. புரட்சியாளர் அம்பேத்கரைக் கூட ப்ரத்தா ஸ்மரணியா ஆக ஒரு நாளைத் தொடங்குமுன் பக்தி வணக்கத்துடன் நினைவு கூற வேண்டியவராகவும், சிவசக்தி, பீம்சக்தி, இந்துசக்தி என்னும் முழக்கங்களின் கீழ் தலித் மக்களையும் தனது வஞ்சக பிடிக்குள் இழுத்து போட்டுக் கொள்ள முயற்சிக்கும் ஆர்.எஸ்.எஸ். சிவசேனா கும்பலை எதிர்கொள்ள வேண்டிய சூழல் உள்ள நிலையில், பெரியாரின் போராட்ட ஆயுதங்களை தூக்கி எறிய எப்படி முடியும் என்ற கேள்வி பொருள் நிறைந்தது.

5

பெரியார் குறித்த விவாதங்களை விடவும் தலித் அரசியல் எதிர்கொள்ள வேண்டிய வேறொரு விஷயம் குறித்து உங்கள் கவனத்தை ஈர்க்க விரும்புகிறேன். அது பெரியார் குறித்த விவாதங்களுக்கான புதிய விடைகளையும் நமக்குத் தரக்கூடும்.

இன்றைய தலித் இயக்கங்கள் தங்களுக்குள் முரண்பட்டு நின்று கொண்டிருக்கின்றன என்பதில் அய்யமில்லை. இந்த முரண்பாட்டுக்கு சாதியை ஒழிக்கப் புறப்பட வேண்டிய தலித் இயக்கங்கள் தங்கள் அளவில் சாதி இயக்கங்களாய்ச் செயல்பட்டுக் கொண்டிருப்பது ஒரு காரணம் என்று சொல்லலாம். அவ்வாறே தலித் அறிவுஜீவிகளும்

சுய சாதிக் கண்ணோட்டத்துடனேயே செயல்படுகின்றனரோ என்கிற ஐயம் எனக்கு இருக்கிறது.

பெரியார் குறித்து அத்தனை விமர்சனங்களில் இறங்கியவர்களில் ஒரே ஒருவர் கூட பெங்களூர் குணா குறித்து ஒருவரி விமர்சனம் கூட எழுதவில்லை அவரது கீழ்க்கண்ட கூற்றுகளை கவனியுங்கள்.

"இட ஒதுக்கீட்டு கொள்கையில் நல்ல பயன் பெற்றோர் தமிழகத்தில் தமிழரல்லாதாரே என்பது கண் கூடான உண்மை"

தமிழகத்தில் இருக்கும் பிறமொழி பேசுவோர் இட ஒதுக்கீட்டில் பயனை நன்கு துய்த்து வருகின்றனர்" (சாதி ஒழிப்பு ஈழ வழியா இந்திய வழியா பக். 24-25)

"வேற்று மொழியினரான லம்பாடிகள், நரிக்குறவர், சக்கிலியர் போன்றோருக்கு இட ஒதுக்கீடு கொடுக்கக்கூடாது."

"பார்ப்பனீயமாகிய இந்து மதத்தை விட்டு பவுத்தர்களாகி இந்திய அரசிடம் சலுகைகளையும் இட ஒதுக்கீட்டையும் பெறுவதன் வாயிலாக சாதியத்தை ஒழிக்கப் பார்த்த அம்பேத்கரின் கொள்கையோ ஒடுக்குண்ட சாதியினரிடம் புதிய பார்ப்பனீய மயக்கங்களையும் தாக்கங்களையும் ஏற்படுத்தி பழைய பார்ப்பனீயத்திற்கு புத்துயிர் ஊட்டி வருவதே கண் கூடு." (பிரபாகரனை நெஞ்சில் நிறுத்துவோம் நூலில்)

"பெரியாராயினும் அம்பேத்காராயினும், மார்க்சாயினும் அம்மூவரும் தமிழரல்லர் என்பதே உண்மை. அம்பேத்கர் மராட்டியர், பெரியார் கன்னடர், மார்க்ஸ் ஒரு செர்மானியர்". (பிரபாகரனை நெஞ்சில் நிறுத்துவோம் நூலில்).

இவை குறித்தெல்லாம் எந்த தலித் அறிவு ஜீவிக்கும் விமர்சனம் ஒன்றுமில்லை. அருந்ததியரை வடுகரென்று கேவலப்படுத்தி அவர்களுக்கு இட ஒதுக்கீடு முதலான எந்த சலுகைகளும் வழங்க கூடாது என்று விஷத்தை உமிழ்வது குறித்தொன்றும் கேள்வியில்லை.

"மராட்டியராம் அம்பேத்காரைப் பெரிய தெய்வமாக்கிச் சிலைகளை வடித்து நிறுத்துவதால் வரும் சாதிச் சண்டைகளில் சிக்கிக் கொண்டு நிற்கும் தலித் அரசியலார்" என்று அவர் எழுதுவது குறித்து தலித் அரசியல் பேசுவோருக்கு ஒன்றும் உறைப்பதில்லை.

உறைக்காதது மட்டுமல்ல. தமிழக அரசால் அவர் கைது செய்யப்பட்ட போது விடுதலைச் சிறுத்தைகளின் கட்சி இதழாகிய தாய்மண் அவரை விடுதலை செய்யக்கோரி இரண்டு இதழ்களில் முழங்கியிருந்தது. எனக்குள்ள ஐயமெல்லாம் பெங்களூர் குணா எப்போது விடுதலைச் சிறுத்தைகள் அமைப்பில் சேர்ந்தார்? சேர்ந்து விட்டாரென்றால் அவரது கொள்கைகளை அவர் விட்டுக்கொடுத்து விட்டாரா அல்லது சிறுத்தைகள் தங்கள் கொள்கைகளை விட்டு கொடுத்தனரா?

போதாக்குறைக்கு தலித் இதழின் ஆசிரியர் ரவிக்குமார் அ. மார்க்ஸ் பற்றிய புகார் பட்டியலில், அ. மார்க்ஸ் குணா போன்றவர்களை கேவலப்படுத்தி எழுதி விட்டார் என்று குற்றஞ்சாட்டுகிறார். குணா குறித்து என்ன குற்றம் சாட்டினார் அது எப்படி தவறாக இருக்கிறது என்று எடுத்துக்காட்டுவது தானே சரியாக இருக்கும். ஒரே வரியில் குணாவுக்கு இப்படி புனித நீர் தெளித்து புனிதராக்குவது எதற்காக என்ற கேள்வி கேள்வியாகவே இருக்கிறது.

தலித்துகளைப் பொறுத்த வரையில் பெரியாரை விமர்சிப்பதை விடவும். பெங்களூர் குணா போன்றவர்களை விமர்சிக்காமல் இருப்பதும் அயோத்திதாசர் போன்ற புதிய பார்ப்பனர்களை தலித் சிந்தனையாளர்களாய் முன் நிறுத்தவதுமே இப்போதைய தலையாய பிரச்சனையாய் முன் நிற்கிறது.

□ புதிய கோடாங்கி, 2004

துணை நூற்பட்டியல்

1. எஸ்.வி. ராஜதுரை, வ. கீதா: *பெரியார்: சுயமரியாதை சமதர்மம்*, விடியல் பதிப்பம். 1996.
2. அ. மார்க்ஸ், *கலாச்சாரத்தின் வன்முறை*, அடையாளம் பதிப்பகம், 2001.
3. சிவக்குமரன், *இதுதான் பார்ப்பனீயம்*, யாதுமாகி பதிப்பகம், 2003
4. அ. மார்க்ஸ், கோ. கேசவன்: *குணா பாசிசத்தின் தமிழ்வடிவம்*, விடியல் பதிப்பகம், 1997.
5. கருணா மனோகரன், *திராவிடத்தால் வீழ்ந்தோமா? சாதியத்தால் வீழ்ந்தோமா?*, சமூகநீதி பதிப்பகம், 1995.

ஷோபாசக்தியின் கொரில்லா

ஷோபாசக்தியின் 'கொரில்லா' என்ற நாவலை விமர்சனங்களுக் குள்ளாகப் போகும் முன் ஒரு விஷயத்தை ஒத்துக்கொள்வது அவசியம் என்று நினைக்கிறேன். எல்லா படைப்புகளையும் தரம்பிரித்துச் சொல்லும் பொதுவான அளவுகோல்களும், தரமானிகளும் இருக்க வாய்ப்பில்லை என்ற அறிவுடன், ஒரு குறிப்பிட்ட படைப்பை அது பிறக்கும் இடம், காலம் ஆகிய சூழலில் வைத்து பார்ப்பது குறைந்தபட்ச தேவையாகும். நம்மில் பெரும்பாலானோரைப் போல எனக்கும் ஈழம் சார்ந்த அறிவென்பது பெரிதும் இதுவரை வெளிவந்த இலக்கியப் பிரதிகள், வெகுசன ஊடகங்கள் வெளியிடும் செய்திகள் சார்ந்து உருவான ஒன்றே என்பதை ஒத்துக் கொள்ளவேண்டும். அது போலவே இலக்கிய படைப்பாளிகளின் படைப்புகளின் நம்பகத் தன்மையும் சந்தேகத்துக்குரியதே.

ஆகவே நமது நாழிகளில் உள்ள கோளாறுகள் குறித்த பிரக்ஞையுடனேயே கொரில்லா போன்ற இலக்கிய பிரதிகளை அளக்க முற்படுகிறேன் என ஒத்துக்கொள்வது நேர்மையான காரியமாகும்.

மேலோட்டமாகவும் எளிமையாகவும் வரையறுப்பதென்றால், இலக்கியம் என்பது ஒரு குறிப்பிட்ட வாழ்க்கையை அல்லது அவ்வாழ்க்கை குறித்தப் பார்வையை கதை வடிவிலோ கவிதை வடிவிலோ முன்வைப்பது என்று சொல்லி விடலாம். எவ்வளவு உன்னத இலக்கியம் என்று சொல்லிக் கொண்டாலும், இதுதான் வரையறை.

அந்த இலக்கியம் ஏற்றுக்கொள்ளப்படுவதும், நிராகரிக்கப் படுவதுமான நிலைகளை அது எந்த வாழ்வை முன்னிறுத்துகிறது, வாழ்வு குறித்து எந்தப் பார்வையை முன்வைக்கிறது என்பதன் பின்னுள்ள அரசியல்தான் தீர்மானிக்கிறது.

இதுவரையிலான இலக்கியம் என்பது மையங்களைப் பற்றியதாக இருந்தது. இன்று அந்த மையம் சார்ந்த வாசகர்கள் பெரிதும் காட்சி ஊடகங்களை நோக்கி நகர்ந்துவிட்ட நிலையில் வாசகர்கள் என்பவர்கள் பெரிதும் விளிம்பு நிலை மக்களைப் பிரதிநிதித்துவப் படுத்துபவர்களாக இருக்கிறார்கள். அதனால்தான் விளிம்புகளை சார்ந்த இலக்கியமே இன்று கொண்டாடப்படுவதாய் இருக்கிறது.

இந்த விளிம்புகளைப் பற்றிய இலக்கியம் என்பது ஏற்கனவே இருந்த செவ்வியல் இலக்கியத்திற்கும் காட்சி ஊடகங்கள் முன்னிறுத்தும் கதைகளுக்கும் எதிரான நிலையில் இயங்குவது.

செவ்வியல் இலக்கியம் என்பது மேல்தட்டு மனிதரின் நற்பண்புகளை, அவர்களின் தியாகம் சார்ந்த வாழ்வை, அவர்களின் ஒழுக்கத்தை முன்னிறுத்துவதாக இருந்தது. கதை சொல்லும் முறையும் சிக்கலற்றதாக, தெளிவானதாக இருந்தது. வாழ்வு குறித்த தீவிரமான பார்வைகளை முன்வைப்பதான பாவனையில் ஈடுபட்டது. ஆனால் எல்லாமும் ஒடுக்கப்பட்ட விளிம்பு நிலை மக்களின் மீதான கருத்தியல் வன்முறையை பிரயோகிப்பதாகத்தான் இருந்தன.

இன்றைய, பின் நவீனத்துவ கால இலக்கியங்கள். இதற்கு எதிரான நிலையில் இயங்குவன. அவை பெரிதும் விளிம்பு நிலை மனிதர்களை முன் நிறுத்துகின்றன. எல்லாவற்றையும் பகடி பண்ணுகிற மனநிலையில்தான் வாழ்க்கையை அவை எதிர்கொள்ளுகின்றன. பெரும்பாலான நேரங்களில் நேரடியாகக் கதை சொல்லும் முயற்சியில் நம்பிக்கையற்று, படைப்பைச் சிக்கலானதாக்கி, கதை சொல்லும் முயற்சியில் வாசகனையும் பங்குபெற வைப்பதாய் இருக்கின்றன. கூடிய வரைக்கும் ஒற்றைக் குரலை மறுத்துப் பல குரல்கள் ஒலிக்கும் களமாக இலக்கியப் படைப்பை முன்வைக்கின்றன.

ஷோபாசக்தியின் நாவல் மேற்சொன்ன வரையறைகளுக்கு அப்படியே பொருந்தி வருவதை யாரும் அவதானிக்கலாம். குஞ்சன்வயல் என்ற பலப்பட்டறைச் சாதிகள் வசிக்கும் ஒரு குக்கிராமத்தைக் களமாகக் கொண்டு கதை சொல்லப்படுகிறது.

றொக்கிராஜ் என்ற 17 வயதுப் பொடியன் 85 ஆவது வருட துவக்கத்தில் வீட்டை விட்டு ஓடிப்போய் இயக்கத்தில் (விடுதலைப் புலிகள் இயக்கம் என்று அனுமானிக்க முடிகிறது) சேருவதிலிருந்து, மூன்று

வருட இயக்க அனுபவங்களின் பின்னால் ஏற்படும் முரண்பாடுகள் காரணமாகச் சித்திரவதைக்குப் பின் வெளியேற்றப்பட்டு, கொழும்புக்கு ஓடிப்போவதில் முடிவது முதலாவது பாகமாகவும், பின்னர் பிரான்ஸ் நாட்டில் குடிபெயர்ந்து வாழும் வாழ்க்கை இரண்டாவது பாகமாகவும் நாவல் சொல்லப்படுகிறது.

காட்டாற்ற ஏசுராசன் என்ற சண்டியர், ஜெனோவா என்ற மனைவி, ரொக்கிராஜ், மிக்கல்ராஜ் என்ற உறவுக்காரப் பெண் இவர்கள் முக்கியமான கதைமாந்தர். ஒஷிலா, ஊத்தைச் சாந்த, காசி, ரவியன், மஜீத் இவர்கள் இயக்கத்திலுள்ள தோழர்கள். இவர்களை முன்வைத்து ஈழத்தில் தீவுப்பகுதியின் சின்ன கிராமமான குஞ்சன்வயலில் போர்ச் சூழலில் மனித வாழ்வும், மனித உறவுகளில் போர் ஏற்படுத்தியுள்ள பாதிப்புக்களும் மிகுந்த நையாண்டியுடன் முன்வைக்கப்படுகிறது.

இந்நாவலில் 21 அடிக்குறிப்புகள் கொடுக்கப்பட்டிருக்கின்றன. அந்த அடிக்குறிப்புகளில் 1 கவிதை, 1 நகைச்சுவைத் துணுக்கு போக எஞ்சிய 19 குறிப்புகள் மரணக் குறிப்புகள், நாவல் சொல்லும் கதையை விட அடிக்குறிப்புகள் சொல்லும் கதை கொடூரமானதாக இருக்கிறது. ரொக்கிராஜின் குடும்பத்தில் அவனைத் தவிர ஏனைய அத்தனை பேரும் வெறும் அடிக்குறிப்புகளாக மாறிவிட்ட கொடூரம் போரால் விளைந்திருப்பதை அவதானிக்க முடிகிறது.

போரானது எம்.எஸ். செல்லச்சாமி போன்ற அமைச்சர் பெருமக்களுக்கு வேண்டுமானால் வளம் கொழிக்கச் செய்வதாக இருக்கலாம். காட்டாற்ற ஏசுராசன் போன்ற அடித்தட்டு சண்டியரின் குடும்பத்துக்கு பெரிய இழப்புக்களை கொடுப்பதாக இருக்கிறது. வலை திருடுவது, சிறு கடைக்காரர்களிடம் மிரட்டி கப்பம் வாங்குவது, இவற்றில் கிடைக்கும் வருவாயில் குடும்பத்தை நடத்தும் சண்டியருக்கு பாதி நாட்களில் தலைமறைவாய்த் திரிய வேண்டிய நிர்ப்பந்தம் வேறு இருக்கிறது. மூத்த பையன் இயக்கத்தில் சேர்ந்து விடுகிறான். கடைக்குட்டிப் பெண்ணும் கரும்புலியாய் மனித வெடிகுண்டாகிச் சாகிறாள். நடுப்பையன் தமிழ்த் தேசிய ராணுவத்தின் கட்டாய ஆள் சேர்ப்பில் தப்பியோடி சுட்டுக் கொல்லப்படுகிறான். மனைவி ராணுவத்தால் சுட்டுக் கொல்லப்படுகிறாள். அவரும் கடற்படையால் சுட்டுக் கொல்லப்படுகிறார். கடைசியில் குடும்பத்தில் ஒருவன் மட்டும் மிஞ்ச அவனும் பாரீஸ் போன்ற தூர தேசங்களில் அகதியாக வதிவிட அனுமதி இல்லாமல் கண்டவனைத் தெண்டித் திரிய வேண்டிய அவலச் சூழல்.

வெறும் இருபத்தைந்து வீடுகளைக் கொண்ட சின்ன கிராமத்தில் ஒருநாள் போரில் மட்டும் முப்பத்திரண்டு அப்பாவி பொதுமக்கள் பலியாகிறார்கள். குமுதினி லோஞ்சில் வந்த ஐம்பத்திரண்டு சொச்சப் பேரை கைக்குழந்தைகள் முதற்கொண்டு வெட்டிக்கொலை செய்கிறது கடற்படை, இத்தனை அழிவுகளை விடவும் கொடுமையான விஷயம், மனிதர்களை எப்போதும் கண்காணிப்பின் பதற்றத்திலேயே வைத்திருப்பது. சாக்கைப் போர்த்திக் கொண்டு கொண்டு வரப்படும் உருவங்கள், மாதா கோவில் சாமியார் என்று யார் காட்டிக் கொடுப்பார்களோ என்ற பயம். காட்டிக்கொடுக்காதவர்களுக்கு நடக்கும் சித்திரவதைகள் ராணுவம், போராளிகள் என்று இரு தரப்பாராலும் அலைக்கழிக்கப்படும் மக்கள் என்று யுத்தத்தின் கொடூர முகங்கள் பதிவு செய்யப்பட்டுள்ளன.

ஈழத்திலிருந்து வந்த பிற நாவல்களில் இதைத் தனித்துத் தெரியச் செய்யும் மற்றொரு விஷயம் போராளிக் குழுக்களை களமாகக் கொண்ட வாழ்க்கை இதில் பதிவாகி இருப்பதுதான். ஏனைய நாவல்கள் போராளிக் குழுக்களை விமர்சனம் ஏதுமின்றி ஆதரிப்பதாகவோ, இல்லை கண்டுகொள்ளாமல் விட்டுவிடுவதாகவோ இருக்கின்றன. இவ்விஷயத்தில் கோவிந்தனின் *'புதியதோர் உலகம்'* மட்டுமே விதிவிலக்கு. அந்நாவல் மாத்திரமே போராளிக் குழுக்களில் மண்டிக்கிடக்கும் இனவாதம், ஊழல், சர்வாதிகாரம் போன்ற விஷயங்களில் கேள்வி எழுப்பத் திராணி உள்ளதாய் இருந்தது. ஒரு வகையில் *கொரில்லா* நாவல் அதன் தொடர்ச்சி என சொல்லலாம்.

'புதியதோர் உலகம்' நாவலில் பேசப்படும் காலம் *1985* இன் முதன் பகுதி வரையானது. *கொரில்லா* நாவல் கிட்டத்தட்ட அதே காலத்திலிருந்து தொடங்குகிறது. இரண்டு நாவல்களுமே அதிகாரத்துக்கு எதிரான தீவிரமான விமர்சனங்களை முன் வைக்கின்றன.

இரண்டு நாவல்களுக்கும் இடையிலான வேறுபாடாக நான் காண்பது *'புதியதோர் உலகம்'* நாவல் லட்சியவாத நோக்கோடு படைக்கப்பட்டிருந்தது. நாவலின் நாயகனாய் வரும் சங்கர் என்ற நடேசன் சகல நற்பண்புகளும் பொருந்திய கதாபாத்திரமாய்ச் சித்தரிக்கப்பட்டிருக்கிறான். சிகரெட் குடிப்பது, சுத்தம் குறித்த பிரக்ஞை இல்லாமல் இருப்பது போன்ற சின்ன விஷயங்கள் கூட அவனுக்கு மிகுந்த எரிச்சலைத் தருவதாய் இருக்கின்றன. ஆனால் அந்நாவல் வெளிவந்த காலத்தையும் சூழலையும்

கணக்கில் கொண்டால் இவையெல்லாம் பொருட்படுத்தப்பட வேண்டியதில்லை.

கொரில்லா நாவலில் வரும் ரொக்கிராஜ் இதற்கு மாறான விதத்தில் ரொம்பச் சாதாரண மனிதனாய், வெகு இயல்பாய், சிறுபிள்ளைத் தனத்தோடு, அறியாமையின் பலகீனங்களோடு படைக்கப்பட்டிருக்கிறான்.

போராளிக் குழுக்கள் உள் முரண்பாடுகளால் சக தோழர்கள் மீதும், சக போராளிக் குழுக்களில் உள்ள இளைஞர்கள் மீதும், அவர்கள் குடும்பம் மீதும், அப்பாவிப் பொதுமக்கள் மீதும், சலங்கை போன்ற பாலியல் தொழிலாளிகள் மீதும் நிகழ்த்தும் வன்முறை முக்கியமாய்க் குறிப்பிடப்பட வேண்டியதாகும். உடல் மீது செலுத்தப்படும் சித்திரவதையாகவும், விளக்குக் கம்பங்களில் வெடிவைத்து மரண தண்டனை கொடுப்பதாகவும் உடல் மீதான வன்முறை பிரயோகிக்கப்படுகிறது. இவ்வன்முறையை முன்னிட்டு ஏற்படுத்தும் உளவியல் ரீதியான ஆக்கிரமிப்புகள், பாதிப்புகள் என அப்பாவிகளின் ஆன்மாவைச் சிதைக்கும் கொடூரமான போராளிக் குழுக்கள் குவித்து வைத்திருக்கும் அதிகாரம் கேள்விக்கு உள்ளாக்கப்படுகிறது நாவலில்.

ஷோபாசக்தியின் முக்கியமான பலமாக நான் கருதுவது எல்லா விஷயங்களையும் ஒருவித நையாண்டியோடு அணுகுவது ஆகும். அதற்கு மிகவும் துணைபுரியும் விதமாக ஒரு எள்ளல் நடை அவருக்கு இயல்பாகவே வாய்த்திருக்கிறது. அந்த கிண்டல் கலந்த பார்வைக்கு யாரும் எந்த விஷயமும் தப்ப முடியவில்லை நாவலில் வரும் அத்தனைக் கதாபாத்திரங்களில், கதைசொல்லியின் கிண்டலுக்குத் தப்பி அனுதாபத்தோடு வந்து போவது மஜீத் என்ற கதாபாத்திரம் மட்டுமே. நையாண்டியுடன் உலகை அணுகுவது என்பதன் விளைவாக ஒரு தீவிரத்தன்மை இயல்பாகவே நாவலுக்கு வந்து விடுகிறது.

வாழ்க்கையை ஒரு அபத்தமான இலக்கியப் பிரதியை அணுகுவதைப் போன்ற அலட்சியத்துடனும் ஏளனத்துடனும் அணுகும் இந்தப் பார்வை அடித்தட்டு மக்களில் கலை வெளிப்பாடுகளில் ஏற்கனவே இருக்கும் ஒன்றுதான். இந்த விதமான பார்வையுடன் வெளிப்பட்ட புதுமைப்பித்தனின் சில கதைகள் அவரது பிற கதைகளை விடவும், மௌனி போன்ற அவர் காலத்திய பிற எழுத்தாளர்களின் கதைகளை

விடவும் தீவிரத்தன்மை கொண்டதாக விளங்குவதை இத்துடன் இணைத்துப் பார்க்க முடியும்.

இந்நாவலில் சொல்லப்பட்டுள்ள குடும்பம் சார்ந்த உறவுகள் தனித்துக் குறிப்பிடப்பட வேண்டியவையாகும். தமிழ்ப் படைப்புலகு இதுவரை பார்த்திராத புதுவிதமான குடும்ப உறவுகள் இந்நாவலில் பதிவு செய்யப்பட்டுள்ளது. குறிப்பாக, ரொக்கிராஜுக்கும், அவன் தகப்பனுக்கும் இடையிலான உறவு மிக இயல்பாய்ப் பதிவு செய்யப்பட்டிருக்கிறது.

சிறு திருட்டுக்களும், அதனால் இயல்பாகிப்போன சண்டியர் தனங்களோடுமான ஒரு வாழ்க்கை காட்டாற்ற ஏசுராசனுக்கு. இதை இயல்பாய் எடுத்துக் கொள்ள முடிவது, பள்ளிக்கு லாயக்கில்லை என்று வெளியனுப்பப்பட்டு மண் அள்ளும் வேலை செய்யும் மிக்கல்ராஜுக்கு மட்டுமே. ரொக்கிராஜுக்கும், பிரின்ஸிக்கும் அவர்கள் கற்ற கல்வியும், கத்தோலிக்க மதம் சார்ந்த நம்பிக்கைகளும் குற்ற உணர்வைத் தூண்டி விடுவதாக இருக்கின்றன. அதனால் எழுந்த வெறுப்பு தகப்பன் மீது மண்டிக்கிடக்கிறது இருவருக்கும். கடைசி வரை இந்த வெறுப்பு தீர வாய்ப்பில்லை.

இந்த வெறுப்பு ரொக்கிராஜிடம் அலட்சியமாகவும், கோபமாகவும் வெளிப்படுகிறது. பிரின்ஸியிடமும் ஜெனோவாவிடமும் கடவுள் மீதான மன்றாட்டுகளில் வெளிப்படுகிறது.

யாழ்ப்பாண சமூகத்தில் நிலவும் சாதீயம் குறித்தப் பதிவுகள் மிகக் குறைவாகவே இருக்கின்றன. குஞ்சன்வயல் என்ற கிராமம் தோற்றம் பெறக் காரணமாய் இருந்த குஞ்சனின் வரலாற்றைச் சொல்லும் போது சாதியம் குறித்த பதிவு இருக்கிறது. அதைத் தவிர அதே அத்தியாயத்தில் ஒரு குறிப்பு வருகிறது.

> "குஞ்சன்வயலுக்குள் இயக்கங்கள் நுழைந்த காலங்களில் மற்றைய ஊர்களைப் போலவே இங்கேயும் சாதிவாரியாகத்தான் இயக்கங்களில் இணைந்து கொண்டார்கள் அல்லது இணைக்கப்பட்டார்கள். இயக்கங்களால் சமூக விரோதிகள் எனச் சொல்லப்பட்டு சனங்களுக்கு மரண த்ண்டனை வழங்கப்பட்ட போதும் மற்றைய ஊர்களைப் போலவே இங்கேயும் முதலில் சுட்டுக் கொல்லப்பட்டவர் ஒரு பஞ்சமரே."

என்றுச் சொல்லிச் செல்கிறது நாவல். அதைத் தவிர அங்கு நிலவும் சாதிய உறவுகள் குறித்த பதிவுகளை நாவல் தரவில்லை.

குறிப்பாக இயக்கங்களுக்குள் சாதியும் எந்தளவில் வினைபுரிகிறது. இயக்கங்களுக்குள்ளும் தற்கொலைப்படை போன்ற உடனடி உயிராபத்து கொண்ட இடங்களில்தான் தலித்துகள் அதிகமும் செயல்பட வேண்டிய நிர்ப்பந்தம் கொண்டவர்களாக இருக்கிறார்கள் என்கிற விதமாய் வரும் செய்திகள் குறித்த தெளிவுகள் நாவலில் நமக்குக் கிடைக்கவில்லை.

இந்நாவல் மட்டுமல்லாது 'புதியதோர் உலகம்' நாவலும் இது குறித்த பதிவுகளைச் செய்யவில்லை. அப்படியானால், இயக்கங்களின் அன்றாட நடவடிக்கைகளில் சாதீயம் செயல்படுவதில்லையா? என்ற கேள்விகள் கேள்வியாகவே நின்று விடுகின்றது.

அப்படியே நாவல் முழுவதும் பேசப்படும் ஏசுராசன் குடும்பத்தின் சாதி குறித்துக் கூட ஒன்றும் அறியமுடியவில்லை. ரொக்கிராஜ், அந்தோணி என்ற பெயரில் அகதியாக இருக்கும் போது தன்னை வெள்ளாளன் என்று கூறிக் கொள்கிறான். ஆனால் நாவலில் அது குறித்தப் பதிவுகள் ஏதுமில்லை.

புலம் பெயர் சூழலில் சாதியம் குறித்த விவாதங்களில் தீவிரமாய்ப் பங்கேற்கிறவரும், சாதீயத்திற்கு எதிரான போராளியாய் அறியப்படுகிறவருமான ஷோபாசக்தியின் நாவலில் இவை குறித்த விரிவான பதிவுகளை எதிர்பார்ப்பது நியாயம்தான் என்று நினைக்கிறேன்.

அவ்வாறே, புலம் பெயர் சூழலும் ஓரளவுக்கே பதிவு செய்யப்பட்டிருக்கிறது. புலம் பெயர் சூழலைக் களமாகக் கொண்ட நாவலின் இரண்டாம் பகுதி ஒரு துப்பறியும் சிறுகதை மாதிரி இணைக்கப்பட்டிருக்கிறது. நாவலின் முதல் பகுதியான ஈழத்து நிகழ்வுகளைச் சொல்லும் பகுதி ஒரு துர் சொப்பனத்தை எள்ளல் தொனியில் நினைவுகூர்வது மாதிரியான பார்வையுடன் சொல்லப்பட்டிருக்கிறது. இரண்டாம் பகுதி தீவிரமான போக்கிற்குத் தாவி விடுகிறது. விளைவாக அது வரை இருந்த தீவிரத் தன்மையும் வாசிப்புத் தன்மையும் கொஞ்சம் குறைவாகத் தோன்றுகிறது. ஒருவேளை, நாவலின் பக்க அளவை உத்தேசித்து இப்பகுதி இணைக்கப்பட்டிருக்கக் கூடும்.

என்னுடைய மதிப்பீட்டில் புலம் பெயர் சூழல் இன்னும் விரிவாகப் பதிவு செய்யப்பட வேண்டிய ஒன்று. அதைத் தனியாக இன்னொரு நாவலில் கூட செய்திருக்க முடியும் என்று தோன்றுகிறது.

இந்நாவல் பல விதங்களில் வித்தியாசமான நாவல் என்று தோன்றுகிறது. முதலாவது, நாவலின் கட்டமைப்பு முறையே மிகவும் வித்தியாசமாக இருக்கிறது. காலத்தை முன்பின்னாகக் குலைத்துப் போட்டு, உண்மைகளை அங்கங்கே ஒளித்து வைத்து வாசிக்கும் செயல்பாட்டை ஒரு விளையாட்டைப் போல ஆக்கி இருக்கிறது. குறைந்தது இருமுறையாவது படிக்காமல், நாவலைப் புரிந்து கொள்ள முடியாது என்று சொல்லலாம்.

போதாதற்கு, நாவலின் தொடக்கத்தில் கொடுக்கப்பட்டுள்ள அரசியல் தஞ்சம் கோரும் மனுவின் நகல் தன் பங்கிற்குக் குழப்புவதாக சில பொய்த் தகவல்களுடன் இருக்கிறது. நாவலில் ரொக்கிராஜுக்கு ஒரு தம்பியும் ஒரு தங்கையும் மட்டுமே இருப்பதாகத் தெரிய வருகிறது. கடைசியாக அவனது தாய் கருவுற்றதாக ஒரு இடத்தில் வந்தாலும், அந்த குழந்தை பிறந்து வளர்ந்ததற்கு தடயம் எதையும் நாவல் தரவில்லை.

அவன் தம்பி மிக்கேல்ராஜ் *EPRLF* அமைப்பு தமிழ்த் தேசிய ராணுவத்திற்கு கட்டாய ஆள்சேர்ப்பு நடவடிக்கையில் இழுத்துக்கொண்டு போய் தப்பி ஓடுகையில் சுட்டுக் கொல்லப்பட்டதாக அடிக்குறிப்பில் சொல்லப்படுகிறது. ஆனால் மனுவில் இரண்டு தம்பியர் அருள்தாசன், நிமலதாசன் என்ற பேர்களில் இருந்ததாகவும், அவர்கள் இருவரையும் இலங்கை ராணுவம் வாளால் வெட்டிக் கொன்றதாகவும் சொல்லப்படுகிறது.

அதுபோன்றே ரொக்கிராஜ்தான் வீட்டின் மூத்த பையனாக காட்டப்படுகிறான். நாவலில் பிரின்ஸி பெரியண்ணை என்று இவனைத்தான் விளிக்கிறாள். இவன் தான் இயக்கத்தில் போய் சேருகிறான். மனுவில் தேவதாசன் என்ற அண்ணன் இருந்ததாகவும் அவனே இயக்கத்தில் சேர்ந்ததாகவும் குறிப்பிடப்படுகிறது. இதுபோல் விஷயங்கள் படைப்புச் செயலில் வாசகனையும் இழுத்துக்கொண்டு போவதற்கான உத்திகளில் ஒன்று என்று சொல்ல முடியும்.

கதை சொல்லும் உத்தியிலும் இந்நாவல் வித்தியாசமான ஒன்று என்றுச் சொல்லலாம். நாவலின் முதல் பகுதி ரொக்கிராஜை முன்வைத்த கதை சொல்லும் போக்கில் எழுதப்பட்டிருக்கிறது. நாவலின் இரண்டாம் பகுதியில் புதிய கதை சொல்லி ஒருவர் வந்து சேருகிறார். அந்தோணி இரண்டாம் இடத்திற்கு தள்ளப்பட்டு விடுகிறார். மையம் அழிக்கும் முயற்சியின் வெளிப்பாடாக இருக்கலாம்.

நாவலில் கையாளப்பட்டுள்ள மொழி குறித்தும் தனியாய் பேசியாக வேண்டியிருக்கிறது. யாழ் தீவுப் பகுதியில் வழங்கும் மொழியாக இருக்கக்கூடும். அவ்வளவு உயிர்ப்புடன் கையாளப்பட்டிருக்கிறது மொழி.

புதுமை செய்யும் ஆர்வத்தில், பெரிய பெரிய பத்திகளாய் எழுதுவதற்குப் பதிலாய் பைபிளில் இருப்பது மாதிரி வரிசையாய் எண்கள் இடப்பட்டு, சின்னச்சின்ன வசனங்களாக அல்ல, குறிப்புகளாக நாவல் சொல்லப்படுகிறது. இதில் எண்கள் மாத்திரம் தனியாய் நிற்கின்றனவே தவிர நாவலின் கட்டமைப்புக்கு அவை எவ்விதத்திலும் துணை புரியவில்லை என்று தோன்றுகிறது.

□ புதிய கோடாங்கி, பிப்ரவரி 2002

◉

'கூளமாதாரி':
பெருமாள் முருகனின் முக்கிய நாவல்

1

ஒரு குற்றமுள்ள மனசாட்சி தன் பாவங்களை ஒப்புக் கொண்டேயாக வேண்டும். ஒரு கலைப்படைப்பு என்பது இத்தகைய ஒப்புக்கொள்ளலே. நான் (கலைஞன்) இவற்றுக்குச் சாட்சி கூறுவனாக நின்றே ஆகவேண்டும். - ஆல்பெர் காம்யூ

இது வரையிலான இலக்கியமும் கலைகளும் மேல்தட்டுப் படைப்பாளிகளின் ஏக போகமாகவே. இருந்து வந்திருக்கின்றன. அவற்றுள் மிக சிறந்தவையாய் கொண்டாடப்படும் படைப்புகளில் பெரும்பாலானவை குற்றஉணர்வு கொண்ட தன்னிலைகளாய்த் தம்மை உணர்ந்து கொண்ட படைப்பாளிகளாலேயே சாத்தியமாகி இருக்கின்றன.

இந்தியச் சூழலில் பொதுவான வளர்ச்சிக்குத் தடையாய் இருக்கும் சாதிய வர்ணாசிரம அமைப்பு முறையே இலக்கியத்தின் வளர்ச்சிக்கும் எதிரான தடைக்கல்லாய் இருப்பதை நிறுவ முடியும். விதி, கர்மா, வினைப்பலன் போன்ற சப்பைக் கட்டுகளின் மூலம் சமூகத் தன்னிலைகளின் குற்ற உணர்வு காயடிக்கப்பட்டிருப்பது போலவே படைப்பாளிகளின் குற்ற உணர்வும் இல்லாமலாக்கப்பட்டிருக்கிறது. இந்தக் காரணத்தை முன்னிட்டே உலகின் சிறந்த படைப்புகளுக்கீடானவை இங்கு விளையவில்லை என்றுச் சொல்லலாம். விதிவிலக்காய்ச் சொல்லப்படும் படைப்புகளில் இவற்றைத் தெளிவாகவே உணரலாம். யு.ஆர். அனந்த மூர்த்தியின் 'சம்ஸ்காரா' உடனே நினைவுக்கு வரும் எடுத்துக்காட்டு.

தமிழ்ச் சூழலிலும் க.நா.சு.வின் பொய்த்தேவிலிருந்து ஜெயமோகனின் சமீபத்திய எழுத்துக்கள் வரையில் பெரும்பாலான

படைப்புகளில் மேல்தட்டு மனோபாவமும், அது சார்ந்த செருக்கும், அகம்பாவமுமே பரவலாய்க் காணக்கிடக்கின்றன. விதிவிலக்காய் செயல்படும் எழுத்தாளர்களில் ஒருவராய் பெருமாள் முருகனைச் சொல்லலாம்.

2

> *"பூங்குட்டியாக இருப்பினும் மண்ணுக்கு வந்து வெளி உலகத்தைப் பார்த்ததும் வயிற்றுப் பாடுதான் முதல் பிரச்சனையாக இருக்கிறது. மூச்சு வெளிக்காற்றை வாங்கிக் கொண்டதும் குட்டி எழுந்து நிற்க முனைவதற்கும், கண்களால் தாயைக் கூட அல்ல முலைக்காம்புகளைத் தேடுவதற்கும் வயிறுதான் காரணம்."*

பெருமாள் முருகனின் சமீபத்திய நாவலாக *கூளமாதாரி* வெளி வந்திருக்கிறது. அவரது முதல் நாவலில் கையாளப்பட்ட கதைக் களனே இந்நாவலிலும் கையாளப்பட்டிருக்கிறது. இந்த இரு நாவல்களிடையே இரு வேறுபாடுகள் பளிச்செனத் தெரிவதாக இருக்கின்றன. '*ஏறுவெயில்*' நாவலில் தலித்துகளின் வாழ்க்கை ஒரு கிளைக்கதையைப் போல, முன்னிலை இடத்தில் நின்று சொல்லப்பட்டிருந்தது. '*கூளமாதாரி*' நாவலில் தலித்துகள் தன்னிலையில் நின்று தங்களை முன்வைத்துப் பேசுகிறார்கள் என்பது ஒரு வேறுபாடு. உணர்ச்சி வசப்பட்ட வேகமான கதையோட்டம் முன்னதிலும் ஒரு நிதானமான போக்கு பின்னதிலும் கையாளப்பட்டிருப்பது மற்றொன்று.

பெருமாள் முருகனின் கதை உலகம் அதிகமும் சிறுவர்களை முன்வைத்து இயங்குவது, '*ஏறுவெயில்*' நாவல் பொன்னையன் என்கிற கவுண்டர் வீட்டுப் பையனின் பார்வையில் சொல்லப்பட்டது. *கூளமாதாரி* கிட்டத்தட்ட அதே வயதுடைய தலித் பையனான கூளையனை முன்னிறுத்திச் சொல்லப்படுகிறது. இவரது பெரும்பாலான கதைகளில் வரும் சிறுவர்களைப் போன்றே கூளையனும் அவனது தோழர்களும் வயதுக்கு மீறிய பொறுப்புகளைச் சுமக்க விதிக்கப்பட்டவர்கள். சிறு வயதிலேயே ஆளுக்காரர்களாய் வேலை செய்ய நேர்ந்தவர்கள். வளர்ப்புப் பிராணிகளைப் போலவே வளர்க்கப்படும் அவர்களின் பிழைப்பு அவர்கள் மேய்க்கும் ஆடுகளை விட எவ்விதத்திலும் மேம்பட்டதாக இல்லை. "வத்தலுக்கு காலங்காத்தால தழ ஓடச்சி போடறாங்களாமா" "ஒழுங்கா குமிஞ்சு

மேய முடியலியா" "கால ஓடிச்சுப்புடுவம் பாத்துக்க" என்று அவர்கள் ஆடுகளை மிரட்டுவதற்கும், "செனப்பன்னியாட்டம் மூணுவேளையும் தின்னா காத்தால எந்திருக்க முடியுமா."

"வந்து சம்பளம் பேசுனானுல்ல உங்கப்பன். நாளக்கி அவன கூட்டிகிட்டு வாடி பேசிக்கிறன்" என்று அவர்களை அவர்களின் கொங்கத்ராளுகள் (கவுண்டச்சிகள்) மிரட்டுவதற்கும் வேறுபாடு ஒன்றுமில்லை.

வயிற்றுக்குப் போதுமானதாய் இல்லாத உணவைத் தேடியே நாள் முழுவதுமான அவர்களின் நகர்வு இருக்க வேண்டியதாய் இருக்கிறது. பெரும்பாலும் அதை அவர்கள் திருடியே கண்டடைய வேண்டியதாய் இருக்கிறது. வயிற்றுக்கில்லாமல் செய்யும் இச் சிறுசிறு திருட்டுக்கான எத்தனங்களும், அடையும் வெற்றிகளும், சமயத்தில் தோல்விகளும், அதில் கிடைக்கும் தண்டனைகளுமாய் அர்த்தமற்றுத் தொடர்கின்றன அவர்களின் நாட்கள். திருட்டுக்குத் தண்டனையாய் வத்தலாடு கல்லால் அடிபட்டுக் காலொடிபடுவதைப் போலவே, இவர்களும் கட்டிவைத்து விளாசப்படுவதும், கிணற்றுக்குள் தலைகீழாகக் கட்டித் தொங்கவிடப்படுவதுமான தண்டனைகள் கிடைக்கப் பெறுகிறார்கள்.

பசியும் அச்சமும் ஏமாற்றங்களும் விரவிய இந்த வாழ்க்கையை ஒரு சிலுவையைப் போலச் சுமந்து திரிய வேண்டியதாய் இருக்கிறது. அவர்கள் அதிலிருந்துத் தப்பித்து ஓடுவதே அவர்களின் கனவாக இருந்தாலும், அந்தக் கனவு ஈடேறுவதில்லை. ஓடிப்போகும் நெடும்பன் பிடித்துக் கொண்டு வரப்பட்டுத் திரும்பவும் அந்தக் குழியிலேயே தள்ளப்படுகிறான். பாட்டி வீட்டில் ஒளிந்து கொள்ளும் கூளையனைத் தகப்பனும், அவனது கவுண்டனும் வந்து கூட்டிக் கொண்டு போகிறார்கள். செவிடி மட்டும் தப்பித்துக் கொள்வதாய்த் தோன்றினாலும் அவளுக்குப் பதிலாக சுமையை அவள் தங்கை பொட்டி சுமக்க வேண்டுவதாய் இருக்கிறது.

நாவலில் வரும் கவுண்டர்கள் தலித் சிறுவர்கள் பார்வையிலேயே பேசப்படுவதால் கேலியும், வெறுப்பும் தொனிக்கவே சித்தரிக்கப்படுகிறார்கள் கையாலாகாத செல்வன். படுக்கையில் கழிந்து கொண்டிருக்கும் நெடும்பனின் பெரிய கவுண்டர். வவுறியின் கவுண்டச்சி போன்றவர்கள் இளக்காரமாகவும் கூளையனின் கவுண்டர் அய்யக்கவுண்டர் பாளையத்துப் பெரிய தோட்டத்துக்

கவுண்டர் போன்றவர்கள் வெறுப்புடனும் காட்டப்படுகிறார்கள். செல்வனைப் போன்ற கவுண்டர் வீட்டுப் பையன்கள் வறட்டு கர்வம் உடையவர்கள். அதைத் தவிர ஒன்றுக்கும் கையாலாகாதவர்கள். கவுண்டச்சிகள் வாயாடிகள் பேராசைக்காரிகள் கவுண்டர்கள் தந்திரக்காரர்கள் கொடூரம் நிறைந்தவர்கள் என்பவை நாவல் நமக்குத் தரும் பொதுவான சித்திரங்கள்.

பெருமாள் முருகனின் நாவல்கள் அனைத்துமே கவனம் கொள்ளும் ஒரு விஷயம் ஒடுக்கப்பட்டவர்கள் மீது கட்டமைக்கப்படும் இழிவும், இழிவு சுமத்தப்பட்டவர்களின் மேல் கட்டவிழ்க்கப்படும் வன்முறையும் ஆகும். அவருடைய பிற நாவல்களில் வன்முறைக்குள்ளாகும் பாத்திரங்கள் மௌனமாய் அதைச் சகித்து ஏற்றுக் கொள்கின்றன. இந்நாவலில் எதிர்வினைகளில் இறங்குவது நுட்பமாய்ப் பதிவு செய்யப்பட்டுள்ளது.

குழந்தைகளுக்கு முடிப்பாடம் போடும் மொண்டி, கவுண்டச்சிகள் கொண்டு வரும் குழந்தைகளுக்கு "துணிச்சிறகில் பாடம் போட்டாத்தான் வலிக்கும்" என்று சொல்வது, கவுண்டச்சி அதிகமாய்த் திட்டும் போது கவுண்டச்சி கேட்காத வகையில் எருமையிடம் "ராத்திரி கவுண்டன் போட்டு வாங்கிட்டானா?" என்று வவுறி கேட்பது மற்றும் விளையாட்டுத் தோழர்களிடம் கவுண்டச்சியைப் போல நடித்துக் கிண்டல் செய்வது செத்துப் போன ஆடுகளுக்குப் பதிலாக ஒரு வருடம் சம்பளமில்லாமல் வேலை செய்யச் சொல்லும் போது என்ன ஆனாலும் சும்மா மட்டும் வேலை செய்யமாட்டேன்" என்று நெடும்பன் சொல்வது போன்றவற்றை உதாரணமாகச் சொல்லலாம்.

தமிழ்ச் சூழலில் கிராமத்து வாழ்வில் வீட்டு விலங்குகளின் பங்கும். கிராமத்து மனிதர்களின் அவற்றுடனான உறவும் குறிப்பிடத்தக்க ஒரு இடத்தைப் பெறுவன என்று சொல்ல முடியும். பெருமாள் முருகனின் ஏறுவெயில் நாவலில் மட்டுமல்லாது கூளமாதாரியிலும் வீட்டு மனிதர்களைப் போலவே அவை ஒவ்வொன்றுக்கும் பேர் உண்டு. நல்லியல்புகள். சுட்டித்தனங்கள் வீரச்செயல்களுடன் உயிர்ப்புடன் சித்தரிக்கப்படுகின்றன.

3

“பிராமணனது பெயரின் முதல் மங்களத்தைக் குறிக்கும் வகையிலும் சத்திரியனது பெயர் அதிகாரத்தைக் குறிக்கும் வகையிலும் அமைந்திருக்க வேண்டும், ஆனால் சூத்திரனது பெயரோ அருவருக்கத் தக்கதாக இருக்க வேண்டும். - மனுதர்மம் 2:31”

சூத்திரன் படாடோபமான பெயரைச் சூட்டிகொண்டால் உயர்ந்த பிறவியான பிராமணன் அதைப் பொறுத்துக் கொள்ள மாட்டான். எனவே சூத்திரனது பெயரைக் கேட்ட அளவிலேயே அது பொருளிலும், சொல்லளவிலும் வெறுக்கத் தக்கதாக இருக்க வேண்டும். - அம்பேத்கர்

பெருமாள் முருகனின் இந்நாவலைப் பொறுத்த வரை உறுத்தலாய் இருக்கிற ஒரு விஷயம் பாத்திரங்களின் பெயர்கள். தலித் சிறுவர், சிறுமிகள் பெயர்கள் இவை கூளையன், நெடும்பன், மொண்டி, வவுறி, செவிடி - எல்லாமே கேலிப் பெயர்கள். அவர்களுக்கென்று பெற்றவர்கள் வைத்தப் பெயர்களை மறுத்துக் கவுண்டர்கள் இழித்துச் சுமத்தி அழைக்கும் இப்பெயர்களிலேயே நாவல் முழுக்க வருகிறார்கள். வவுறிக்கு மட்டும் வீட்டில் வைத்த பெயர் ராமாயி என்று ஒரு இடத்தில் அறிய முடிகிறது. கவுண்டர் வீட்டுப் பையன்கள், பெண்களின் பெயர்கள் இவை. செல்வன், மணி, சரோஜா, குஞ்சாள் இவர்களில் செல்வனுக்கு மட்டும் திடுமுட்டி என்று பட்ட பெயர் இருப்பதாக அறிய முடிந்தாலும் நாவல் முழுக்க செல்வன் என்ற பேரிலேயே அழைக்கப்படுகிறான் அவன்.

தலித் பையன்கள் தாங்கள் மேய்க்கும் ஆடுகளுக்கு நெடும்பி, மோளச்சி, வத்தலு, வெள்ளச்சி, சுழியன், கோணக்காலி என்று பெயர் வைக்கிறார்கள். நாவலாசிரியர் கிட்டத்தட்ட இது போன்ற பெயர்களையே தலித் பையன்களுக்கு வைத்திருக்கிறார். தனது பிரியத்திற்கும் கருணைக்கும் உரிய வீட்டு .விலங்குகளாகவே அவர்களைக் கருதுகிறார் என்று கொள்ள இடமிருக்கிறது. யதார்த்தத்தை எழுதுவதாக அவர் சொல்லக் கூடும். யதார்த்தம் என்பது பார்வையோடு தொடர்புடையது. பார்வைகள் வேறுபட யதார்த்தமும் வேறுபடும் என்பதை ஆசிரியருக்கு நினைவுபடுத்தலாம்.

சக்கிலியர்களின் மொழி குறித்து ஒரு இழிவான பார்வையே நிலவுகிறது பொதுப் புத்தியில். இச்சூழலில் இந்நாவலில் அவர்களின் மொழி இடம்பெறுவதைச் சாதகமான அம்சமாகவே நான் பார்க்கிறேன். அதே வேளையில் சில இடங்களில் அது பிழையாய்க் கையாளப் பட்டிருப்பது ஒரு சிறிய குறையே.

பெருமாள் முருகனின் எல்லா நாவல்களும் ஒரு மையப் பாத்திரம், அதைச் சுற்றியிருக்கும் சின்ன உலகம், அவர்கள் படும் துயரம் என்பதாக அம் மையப் பாத்திரத்தைச் சுற்றிய கதையோட்டத்துடன், மையப் பாத்திரத்தின் பார்வையிலேயே சொல்லப்படுகின்றன. இந்தக் காரணத்தை முன்னிட்டு நாவல் காட்டும் உலகம் ஒற்றைப் பரிமாணத்தில் இயங்குவதாகவே இருக்கிறது. இந்த ஒற்றைப் பார்வையை ஒரு பலவீனமாகவே கணக்கிட்டாலும் அந்தப் பார்வை முடிந்தளவு நேர்மையும், மனிதநேயமும் கொண்டதாக இருந்து விடுவதால், அவரது நாவல்கள் முக்கியமானவையாகத் தம்மை நிலைநிறுத்திக் கொள்கின்றன. இந்நாவலும் அதற்கு விதிவிலக்கல்ல.

இறுதியாக, நாவலை வடிவமைத்து வழங்கிய முறையிலும், அச்சிட்ட முறையிலும் தமிழினி பதிப்பகத்தாரின் தேர்ச்சியும், அழகுணர்ச்சியும் வெளிப்படையாகத் தெரிகின்றன என்பதையும் நான் இங்குக் குறிப்பிட்டே ஆகவேண்டும்.

□ கவிதாசரண், ஆகஸ்ட் 2001

◉

தடங்கள் மறுக்கப்படும் அருந்ததியர்

நண்பர் மணாவின் *தமிழகத் தடங்கள்* என்ற தொடர் நான் விரும்பி வாசிக்கும் தொடர்களில் ஒன்றாகும். சென்ற அக்டோபர் 16 ஆம் தேதி *'புதிய பார்வை'* இதழில் இடம்பெற்ற காலம் கடந்து பேசும் வீரம் என்ற கட்டுரை மீதான என் இடையீடு இது.

அக்கட்டுரையில் ஊமைத்துரை குறித்த பதிவுகளை தந்திருந்தார் மணா. ஊமைத்துரை போன்ற வீரர்களை நினைவுப்படுத்துவது மிகவும் தேவையான ஒன்றே. அதே வேளையில் ஆதிக்கம் சார்ந்த வரலாற்றாசிரியர்களால் திட்டமிட்டு மறைக்கப்பட்டிருக்கிற தாழ்த்தப்பட்ட வகுப்பைச் சேர்ந்த போராளிகளைக் கவனமாக முன்னிறுத்துவதும் அதனிலும் இன்றியமையாத கடமைகளுள் ஒன்றாகும். குறைந்தபட்சம், இப்போராளிகளின் பங்கைக் குறைத்து மதிப்பிடும் தவறைச் செய்யாமல் இருப்பதையாவது கவனத்தில் கொள்ள வேண்டும்.

மேற்குறித்த கட்டுரையில் "சிறையில் வேலை பார்த்த பொட்டிப் பகடா என்கிற வேலைக்காரன் மூலம் ஊமைத்துரையுடையப் படை வீரர்களுக்குத் தகவல் அனுப்புகிறார்கள்" என்று ஒரு குறிப்பு வருகிறது. இக்குறிப்பு மிகுந்த ஏமாற்றம் அளிக்கும் வகையில் இருக்கிறது என்று சொல்ல வேண்டியிருக்கிறது.

முதலாவதாக பொட்டிப் பகடை என்ற பெயர் பொட்டிப் பகடா என்று தவறுதலாகக் குறிப்பிடப்பட்டிருக்கிறது. ஒருவேளை, வெள்ளைக்காரர்கள் எழுதிவைத்துவிட்டுப் போன குறிப்புகளின் அடிப்படையில் அவ்வாறு குறிப்பிடப்பட்டிருக்கிறதோ என்னவோ? எப்படியிருப்பினும், தலித் சமூகத்திலிருந்து தோன்றிய ஒரு விடுதலை வீரனின் பெயர் காரப் பக்கோடா என்பது போல் அசிரத்தையாகக் குறிக்கப் படுவது வருத்தத்தைத் தருகிறது.

இரண்டாவதாக மேற்கண்ட குறிப்பு பொட்டிப் பகடை ஊதியம் பெற்றுக் கொண்டு சிறையில் சிறை ஊழியராக இருந்தது போன்ற பொருள் அளிக்கக் கூடியதாக இருக்கிறது. உண்மை என்னவென்றால், பொட்டிப் பகடை கட்டபொம்மன் காலத்தில் நிகழ்ந்த விடுதலைப் போர்களிலும், ஊமைத்துரை காலத்தில் நிகழ்ந்த விடுதலைப் போர்களிலும் வீரப்போர் புரிந்தவன். தன் மைத்துனனாகிய முத்தன் பகடையுடன் சேர்ந்து அக்கினீசு துரை, பெரிய பிரட்டன், சின்ன பிரட்டன் உள்ளிட்ட எண்ணற்ற வெள்ளைக்காரர்களை கொன்று தீர்த்து, இறுதியில் வீரமரணம் எய்தியவன்.

ஊமைத்துரை பாளையங்கோட்டை சிறையிலிருந்தபோது பொட்டிப் பகடையும் கைதியாகக் கூட சிறையில் இருந்தான். சிறைக்கு வெளியில் சென்று, உணவுப்பொருட்கள், விறகு போன்றவற்றை கொண்டு வருவதற்காக பொட்டிப் பகடையை கும்பெனியார் பயன்படுத்திக் கொண்டனர். இதைச் சாதகமாய் பயன்படுத்திக் கொண்டு, அவன் ஊமைத்துரையைத் தப்புவிக்க காரணமாய் இருந்தான் என்பதே உண்மை.

மேற்குறித்த உண்மைகளை, பேராசிரியர் நா. வானமாமலை தொகுத்த *கட்டபொம்மன் கதைப் பாடலிலிருந்து* அறிந்து கொள்ளலாம். *விடுதலைப் போரில் தாழ்த்தப்பட்டோரின் பங்கு* என்ற நூலில் ந. ராசையாவும், *அருந்ததியர் வாழும் வரலாறு* என்ற நூலில் நாவலாசிரியர் மாற்குவும் இது குறித்த விபரங்களைத் தந்திருக்கின்றனர்.

பொட்டிப் பகடை மட்டுமல்லாது, தளபதி ஒண்டிவீரன், முத்தன் பகடை, கந்தன் பகடை, தாமன் பகடை, காலாடி கருப்பன், கட்டையன் பகடை, மொட்டையன் பகடை உள்ளிட்ட எண்ணிறந்த அருந்ததியர்களும் சுந்தரலிங்கம், பெரிய காலாடி உள்ளிட்ட தேவேந்திரர்களும், பறையர் சாதியைச் சேர்ந்த வீரர்களும், விடுதலைப் போரில் கலந்து தங்கள் இன்னுயிரை ஈந்துள்ளனர். இவர்களைக் கொன்றது ஆங்கிலேயரென்றால், இவர்கள் மேல் மண் போட்டு மூடி மறைத்தது இன்று சுதந்திரத்தின் முழுப்பலனையும் தனியே அனுபவிக்கும் பார்ப்பன, வெள்ளாளச் சாதியைச் சேர்ந்த வரலாற்று ஆசிரியர்களாவர். இவர்கள் எழுதிய சுதந்திர வரலாற்றில் – சம்பளத்துக்கு ஆள்பிடித்து போராடச் சொல்லி பினாமி போராட்டம் நடத்திய ருக்மிணி லட்சுமிபதிக்கு இடமிருக்கும். சூத்திரர்களிடம்

வசூலித்த பணத்தில், பாப்பாரப் பிள்ளைகளுக்குத் தனிப்பந்தி நடத்திய வ.வே.சு அய்யருக்கு இடமிருக்கும். குற்றால அருவியை தலித்துகளுக்கும் திறந்துவிட்டு அழியாத சனாதன தர்மத்தை காலால் மிதித்து துவம்சம் செய்த ஆஷ்துரையைச் சுட்டுக் கொன்ற வாஞ்சிப் பார்ப்பானுக்கு இடமிருக்கும் பொட்டிப் பகடை, ஒண்டி வீரன் முதலானோருக்கு இடமிருக்காது.

அங்ஙனமே, பொட்டிப் பகடை போன்றவர்கள் இருட்டடிப்பு செய்யப்பட்டதில், ஆட்சியாளர்களுக்கு இருக்கும் சாதிய மேட்டிமைப் பார்வையும் குறிப்பிடத்தக்க அளவு பங்கு வகிக்கிறது. இவ்வாறு இருட்டடிப்புச் செய்வதில் பார்ப்பன ஆட்சியாளர், சூத்திர ஆட்சியாளர் என்று வேறுபாடெல்லாம் கிடையாது. உதாரணத்துக்கு, பாஞ்சாலங்குறிச்சியில் 1974 இல் திமுக ஆட்சியில் கட்டப்பட்ட கட்டபொம்மன் நினைவுக்கோட்டையில் பொட்டிப் பகடை, முத்தன் பகடை முதலானவர்கள் புறக்கணிக்கப் பட்டிருப்பதைச் சொல்லலாம். வெள்ளையத் தேவன், தானாபதி பிள்ளை, ஊமைத்துரை, சுந்தரலிங்கம், சக்கம்மாள் இவர்கள் பெயர்களில் மட்டும் தோரணவாயில்கள் அமைக்கப்பட்டுள்ளன. அதே போன்று கோட்டையில் அமைக்கப் பட்டிருக்கிற சிலைகளிலும் பொட்டிப் பகடை, முத்தன் பகடை இவர்களுக்கு இடமில்லை. ஏனென்று கேட்கவும் நாதியில்லை.

ஆனால், அடித்தட்டு மக்கள் தாங்கள் எழுதும் வாய்மொழி வரலாற்றில் இவர்களுக்கு இடமளிக்கவே செய்திருக்கின்றனர் கட்டபொம்மு கதைப்பாடல், கட்டபொம்மு கூத்து, கட்டபொம்மு கும்மி, புலித்தேவன் சிந்து, புலித்தேவன் கும்மி முதலான வாய்மொழி இலங்கியங்களில் தான் இவர்கள் குறித்த செய்திகள் காணப்படுகின்றன.

எனவே, தோள்சீலைப் போராட்டம் குறித்தெல்லாம் எழுதும் அளவுக்கு அடித்தட்டு பிரக்ஞை உடையவராய் இருக்கின்ற மணா போன்றவர்கள் பார்ப்பன வேளாள வரலாற்றாசிரியர்களால் எழுதப்பட்ட போலி வரலாற்றை மட்டும் முழுதாக நம்பி இருந்துவிடாமல், மக்கள் வரலாற்றை மக்களிடமும் தேடிப் போக வேண்டும் என்பது எனது வேண்டுகோள்.

□ 2004

⦿

தலித்தியப் பார்வையில் கருப்பு அடிமையின் கதையாடல்

எழுத்து என்பதே வன்முறை சார்ந்த ஒன்றாகவே இத்தனை காலமும் இருந்து வந்திருக்கிறது. ஒழுங்கு முறைக்கான ஆயுதங்களில் பிரதானமான ஒன்றாய் இன்று வரையிலும் அது இருந்து வருகிறது. நிறம், சாதி, பால் சார்ந்த ஆதிக்கங்களைச் செலுத்தும் சமூகக் குழுக்கள் தமக்குள் குற்ற உணர்வு கொள்ளாமல் இருந்து கொண்டே ஒடுக்கப்படும் சமூகக் குழுக்களை தங்களுக்குள் குற்ற உணர்வு கொள்ளச் செய்த காரணிகளில் எழுத்து வகிக்கும் பங்கு முக்கியமானதாகும்.

ஒடுக்கப்பட்ட சமூகங்களைச் சேர்ந்த படைப்பாளிகள், தங்களுக்கெதிரான ஆயுதமாய்ப் பயன்பட்ட எழுத்தைக் கைப்பற்றி, கையாளத் தொடங்கிய போது அவ்வெழுத்து வேறொரு பரிணாமத்தை அடைந்தது. இந்தப் புதிய பரிணாமமே எழுத்தின் இன்றைய இருப்புக்கான நியாயத்தை அளிப்பதாய் இருக்கிறது என்று சொல்லலாம்.

அமெரிக்கச் சூழலில், கறுப்பு இலக்கியவாதிகள் தங்கள் வாழ்க்கையை எழுத்தில் முன்வைத்தவற்றை அடிமைக் கதையாடல் என்பதாக வரையறுக்கின்றனர். அவ்வாறான அடிமைக் கதையாடல்களில் முக்கியமான ஒன்றாகக் கருதப்படும் பிரடெரிக் டக்ளஸ் என்பவரின் அடிமைக் கதையாடல் 1845 இல் வெளிவந்தது. அந்நூல் தமிழில் இப்போது மொழி பெயர்ப்பாக வந்திருக்கிறது.

ஒரு மொழிபெயர்ப்பு நூலை மதிப்பிடுவது என்பது இரண்டு நிலைகளில் அமையும். முதலாவதாக மூல நூல் ஆசிரியரின் படைப்பை, அது தோன்றிய காலம், இடம் போன்ற சூழல்கள் வைத்து பார்ப்பது, மதிப்பிடுவது ஒரு நிலை. மற்றொன்று மொழிபெயர்ப்பாளரின் பிரதியை மதிப்பிடுவது மற்றொரு நிலை.

முதலாவதாக பிரடெரிக் டக்ளஸை முன்வைத்து இந்நூலைப் பார்க்கலாம். அடிமைக் கதையாடல் என்ற வகையில் எல்லாராலும் குறிப்பிட்டுச் சொல்லப்படும் முதலாவது நூல் அவுலத் ஈக்வானா என்பவரின் அடிமைக் கதையாடலே இதுவே கறுப்பர் ஒருவரால், வெள்ளையர் துணையின்றி எழுதப்பட்ட முதலாவது தன் வரலாற்று நூலாகும். இது 1789 இல் வெளி வருகிறது. இவர் ஆப்பிரிக்காவில் நைஜீரியாவில் இருந்து பிடித்துக் கொண்டு வரப்பட்ட தலைமுறையைச் சேர்ந்தவர்.

பிரடெரிக் டக்ளஸ் போன்றவர்கள் அவ்வாறு கொண்டு வரப்பட்ட அடிமைகளுக்கு அமெரிக்காவில் வைத்துப் பிறந்த தலைமுறையைச் சேர்ந்தவர்கள்.

தலித் தன் வரலாறுகள், அடிமைக் கதையாடல்கள் போன்றவை வாசகர்களாய் தானும், தான் சார்ந்த சமூகமும் மற்றவர்களை முன்னிறுத்திச் சொல்லப்படுபவை. நிலவிய சமூக அமைப்பில் தாங்கள் அடைந்த இன்னல்கள், அவமானங்கள் ஆகியவற்றை வெளிப்படையாக முன்வைத்து சமூகத்தின் மனசாட்சியை தட்டி எழுப்பும் நோக்கத்துடன் செயல்படுபவை இவை.

இவ்வாறு சமூகத்தின் மனசாட்சியைத் தட்டியெழுப்பி குற்ற உணர்வு கொள்ளச் செய்யும் நோக்கில் எழுதப்படும் தன் வரலாறுகள் பெரும் வரவேற்பைப் பெறுவதாக இருக்கின்றன. அவ்லத் ஈக்வானாவின் அடிமைக் கதையாடல் 18 ஆண்டுகளில் 36 பதிப்புகள் விற்றுத் தீர்ந்ததாகச் சொல்லப் படுகிறது. டக்ளஸின் கதையாடலும் 5 ஆண்டுகளில் 30,000 பிரதிகள் விற்றன. அவ்வாறே மராத்தியிலும், கன்னடத்திலும், வெளிவந்த தலித் தன் வரலாறுகள் வாசகர்களால் பெரிதும் விரும்பியேற்கப்பட்ட நிகழ்வை இத்துடன் இணைத்துப் பார்க்கலாம்.

இப்படியான தன் வரலாறுகள் ஒடுக்கும் சமூகத்தைச் சேர்ந்த வாசகனுக்கு ஒரு துன்பியல் நாடகத்தைப் பார்த்த திருப்தியை ஏற்படுத்துவதோடு, மேல் x கீழ் என்பன போன்ற சமூக ஒழுக்கங்களை அப்படியே ஏற்றுக் கொள்வதன் மூலம் அடிமை அல்லது தலித் ஒருவனின் இழிவுகளுக்கு இலக்கிய சாட்சியமாய் நிற்பதனாலும், ஒடுக்கும் சமூகத்தைச் சார்ந்த வாசகனுக்கு ஒரு திருப்தியை அளிப்பதாய் இருப்பதோடு தனது தயாள குணத்தை

ஒரு உச்சு கொட்டலின் மூலம் காட்டிக் கொள்ள வாய்ப்பளிப்பதாய் இருக்கின்றன.

அடிமைக் கதையாடல்களை தலித் வரலாறுகளை விரும்பி ஏற்றுக் கொள்ளும் ஆதிக்க மனம், உண்மைகளைக் குலைத்துப் போடும் புனைவுகளை ஏற்றுக் கொள்ள சிரமப்படுகிறது. இருந்த போதும் இவ்வாறான அடிமைக் கதையாடல்கள், தலித் தன் வரலாறுகள் போன்றவை ஒடுக்கப்பட்ட சமூகத்தைச் சேர்ந்த மீட்சிக்கான வழிகளை வலியுறுத்துவதாக இருக்கிறது என்கிற அளவில் அவற்றை வரவேற்கவே செய்கிறேன். தவிரவும், எழுத்து என்கிற பரிச்சியமில்லாத களத்தில் வந்திறங்கும் ஒடுக்கப்படும் சமூகங்களைச் சார்ந்த எழுத்தாளர்களின் முதல் முயற்சி என்ற அளவிலும் இது தவிர்க்க முடியாததாகி விடுகிறது.

டக்ளஸின் 26 ஆவது வயதில் எழுதப்பட்டது இந்நூல். அடிமை எதிர்ப்பு இயக்கத்தின் தீவிரமான பிரச்சாரகராக இருந்த போது, இவரது பேச்சு வன்மையையும், அறிவையும் கண்டு வியந்து இவர் அடிமையாக இருந்திருக்க முடியாது என்ற அவதூறு எழுந்தது. அதற்குப் பதில் சொல்லும் விதத்திலேயே இந்நூல் எழுதப்பட்டது. எனவே ஒரு பெரிய ஒளிவட்டத்துடன் கூடிய அறிவுஜீவியாகத் தன்னை காட்டிக் கொள்ளும் முயற்சிகள் எதுவும் இல்லாமல் வெகு இயல்பாக படைக்கப் பட்டிருக்கிறது இந்நூல்.

வாசகனைத் திருப்தியடையச் செய்வது, அதற்கான உத்திகளைக் கண்டறிந்து செயல்படுத்துவது என்பன போன்ற எந்த அவசியமான முயற்சிகளிலும் இறங்காமல் நேரடியாகத் தனக்குத் தெரிந்ததை ஒருவித வெகுளித்தனத்தோடு சொல்லிச் செல்கிறது. அடிமைக்கே உரித்தான அச்சம் இன்னமும் நீங்கி விடாமல் இடையிடையே கதை சொல்லியைத் தொந்தரவுக்குள்ளாக்குவதை வாசகர் யாரும் தெரிந்து கொள்ள முடியும்.

தனக்குச் சிறுவயதில் கல்வி கற்பதற்கு உதவி செய்த வெள்ளை இனத்தை சேர்ந்த சிறுவர்களின் பெயர்களைக் குறிப்பிட நினைக்கும் போதே அவர்களுக்கு இதனால் ஏதும் சங்கடம் நிகழ்ந்து விடுமோ என்று நினைத்து பெயர்களைச் சொல்வதைத் தவிர்த்து விடுகிறார்.

அவ்வாறே, தான் தப்பி வந்த கதையை விவரிக்காமல் தவிர்த்து விடுகிறார். அவ்வாறு விவரிப்பது தனது சகோதரர்கள் எவரேனும்

தப்பி வருவதற்கான வழியை அடைத்து விடக் கூடாது என்று கவனமாய் இருக்கிறார்.

> “என் அடிமை வாழ்வு தொடர்பான முக்கியமான விஷயங்களை வெளிப்படையாகச் சொல்ல முடியாத நெருக்கடிகளைக் குறித்து நான் வருந்துகிறேன். அதிர்ஷ்டவசமான முறையில் நான் தப்பி வந்தது தொடர்பான எல்லா உண்மைகளையும் துல்லியமாய் சித்தரிக்க வேண்டுமென்கிற எதிர்பார்ப்பு எல்லாருக்கும் இருக்கும். அந்த எதிர்பார்ப்பை திருப்திபடுத்த நான் முன்வரும் போது அது என் சித்தரிப்புக்கு இன்னும் கூடுதல் சுவாரஸ்யத்தை தருவதோடு எனக்குமே அது சந்தோஷத்தைத் தரும். ஆனால் அப்படியொரு சந்தோஷத்தையும், பிறரைத் திருப்தி படுத்த வேண்டும் என்கிற ஆர்வத்தையும் நான் இழந்தேயாக வேண்டும்.”

இப்படிப் பட்டென மூஞ்சியலடிப்பது போல் சொல்லியே விடுகிறார். வாசகர் திருப்தியை எல்லாம் இரண்டாம் பட்சமாக்கி விடுகிறது கதை சொல்லியின் தன் சகோதரர்களின் மீதான கரிசனை.

ஒரு குறிப்பிட்ட காலம் அமெரிக்காவில் இருந்துவிட்ட ஒரு இனத்தின் கலாச்சாரத்தில் ஏற்பட்டுவிட்ட மாற்றங்களை டக்ளஸின் கதையாடலில் நாம் தெரிந்து கொள்ள முடியும். முக்கியமாக மதம் சார்ந்த நம்பிக்கைகள், டக்ளஸ் முழுவதுமாக கிறித்துவத்துக்குள் தம்மை அடையாளம் காணுகிறார்.

“யார் தனது எஜமானது விருப்பத்தை தெரிந்து கொண்டு அதன்படி நடக்கவில்லையோ அவர்கள் எங்கள் உடல் முழுக்க கீறல்கள் விழ அடிக்கப் படுவார்களாக” என்று பைபிளின் வசனம் அடிமைகளுக்கு எதிராக பேசுவதையும் ஹாமைச் சபித்ததின் மூலமாக அடிமையாக கறுப்பர்கள் ஆக்கப்பட்டதாக வெள்ளையர்களுக்கான அதிகாரத்தை ஆன்மீக ரீதியில் நியாயப்படுத்துவதாக இருந்தாலும் டக்ளஸ் கிறித்தவத்தைக் கேள்வி கேட்கவில்லை. மாறாக அதன் மீது நம்பிக்கை அற்றவர்களைக் கேவலமானவர்களாகச் சித்தரிக்கிறார். பிளம்மர், சிவியர் போன்ற மேற்பார்வையாளர்களின் துர்க்குணங்களில் முக்கியமான ஒன்றாக அவர் குறிப்பிடுவது அவர்கள் தெய்வ நிந்தனையாளர்கள் என்பதே. அவ்வாறு தனது எஜமானி ஸோபியா ஆல்ட் என்பவளின் நற்குணங்களாக அவர் சொல்வது அவள் பக்தியும், கனிவும், மென்மனமும் கொண்டவளாக இருந்தாள் என்பதே.

இவருக்குப் பின்வந்த மால்கம் எக்ஸ் போன்றவர்கள் கிறித்தவத்தை கை கழுவிவிட்டு இஸ்லாத்தை தழுவியதையும் அதை விடுதலையின் வழிகளில் ஒன்றாய் ஆக்கியதையும் இங்கு இணைத்துப் பார்த்துக் கொள்ளலாம்.

ஒரு அடிமை ஆன்மாவின் அலறலாக இது இருக்கிறது என்று சொல்லும்படியாக நூல் முழுவதும் கசையடிகள் குறித்த பயமும், துப்பாக்கி குண்டுகளின் மீதான பயமும் திரும்பத் திரும்பச் சொல்லப்படுகிறது.

அமெரிக்கச் சட்டங்கள் எப்படி அடிமைகளுக்கு எதிராகவும், அடிமை அமைப்பைக் கட்டிக்காப்பதாகவும் இருந்தது என்பதை தெளிவாக காட்டித் தருகிறது. இந்நூல். அவ்வாறே கருப்பர்களுக்கு எதிரான வெள்ளையர்களின் மனநிலை எவ்வளவு கொடூரமானதாய் இருக்கிறது என்பதையும், தன் வாழ்வை முன்னிறுத்திச் சொல்கிறது இந்நூல்.

இப்போது இந்தியாவிலும், தமிழ்ச் சூழலிலும் நிலவும் தலித் எழுச்சிப் போராட்டச் சூழலில் இந்நூல் வெளி வந்திருப்பது பொருத்தமான ஒன்றே. தலித்துகள் தங்கள் போராட்டத்துக்கான உத்வேகத்தை இவ்வாறான கறுப்பு இலக்கியங்களிலிருந்தும் பெற்றுக் கொள்ளலாம்.

இனி மொழி பெயர்ப்பாளர் சூத்திரதாரியின் பிரதியாக ஒரு அடிமையின் வரலாறு என்கிற இந்நூலைக் காணலாம். ஜூலை மாதக் கோடாங்கி இதழில் இம்மொழி பெயர்ப்பு குறித்த விமர்சனம் வளர்மதியால் எழுதப்பட்டிருக்கிறது.

இந்நூல் இரு மொழிபெயர்ப்பாளர்களால் தனித்தனியே மொழி பெயர்க்கப்பட்டு, தனித்தனி பதிப்பகங்கள் மூலம் ஒரே நேரத்தில் வெளியிடப்பட்டிருக்கிறது. சூத்திரதாரியின் இம்மொழி பெயர்ப்பைத் தவிர இரா. நடராசனால் மொழி பெயர்க்கப்பட்ட பிரதி ஸ்நேகா பதிப்பகத்தால் வெளியிடப்பட்டிருக்கிறது.

சூத்திரதாரியின் இம்மொழிபெயர்ப்பு, அவ்வளவு தெளிவானதாக இல்லை என்று தோன்றுகிறது. சில உதாரணங்கள்:

* நான் எப்போதோ பார்த்த என் பாட்டி எங்கோ தொலைவில் இருக்கிறாள். இரண்டு சகோதரர்களும் ஒரு சகோதரனும் எனக்கு உண்டு *(ப. 43)*.

* அப்புறம் டக்ளஸின் எஜமானனின் பெயர் கேப்டன் ஆண்டனி என்று நூல் முழுவதும் சொல்லப்படுகிறது. 62 ஆம் பக்கத்தில் அந்தோணி என்று சொல்லப்படுகிறது. ஏதாவது ஒரு பெயரை நிலையாக வைத்துக் கொண்டிருக்கலாம்.

* பின்னிணைப்பாக கொடுக்கப்பட்டிருக்கும் வெண்டல் பிலிப்ஸின் கடிதமும் சரியாக மொழி பெயர்க்கப்படவில்லை. வெண்டல் பிலிப்ஸ் டக்ளஸை நீங்கள் என்று மரியாதையாக கூப்பிட்டிருப்பாரா அல்லது நீ என்று உரிமையாக எடுத்துக் கொண்டிருப்பாரா என்ற குழப்பம் மொழி பெயர்ப்பாளருக்கு, நீங்களும், நீயும், உங்களும், உன்னும் பகுதி முழுக்க விரவிக் கிடக்கின்றன.

முன்னுரையாக சூத்திரதாரி எழுதி இருக்கும் பகுதியும் விவாதத்துக்குரியது. "நூற்றாண்டுகளாக அடிமை அமைப்பு பல்வேறு தேசங்களிலும் இருந்து வந்ததென்றாலும் பொதுவாகப் போர்க் கைதிகளும் அந்தந்த சமூகத்தின் கீழ்த்தட்டு மக்களுமே அடிமைகளாக நடத்தப்பட்டார்கள். ஆனால் இதில் எந்த வகையிலும் அமெரிக்க அடிமை முறையைச் சேர்த்துக் கொள்ள முடியாது" என்று எழுதி இருக்கிறார், எனில் போர்க் கைதிகளும் கீழ்த்தட்டு மக்களும் அடிமைகளாக நடத்தப்பட்டால் ஒரு வகையில் சேர்த்துக் கொள்ள முடியுமா?

அவ்வாறே வேறெந்தச் சமூகத்திலும் விடுதலை அடைந்தால் தான் அடிமைகள் சமூகத்தில் பிற மனிதர்களுடன் கலந்து உறவாட முடியும் என்று எழுதுபவருக்கு இந்திய தலித்துக்கள் பற்றிய நினைவு ஏன் வரவில்லை என்பதும் கேள்விக்குரிய விஷயமே.

☐ ஈரோட்டில் நடந்த 'அடிமைக் கதையாடல்' நூல் விமர்சனக் கூடத்தில் வாசிக்கப்பட்ட கட்டுரை, 2004

⦿

‘ஏறுவெயிலி’ல் வெளிப்படும் சாதிய மனோபாவம்

ஒரு படைப்பு காலத்தை எதிர்கொண்டு நிலைத்திருப்பதும் அல்லது காணாமல் போவதுமான நிலைகளைக் கொண்டே படைப்பின் தரம் காலம் காலமாய் நிர்ணயிக்கப்படுகிறது. விமர்சகர்களால் ஒரு படைப்பு காலத்தை வென்று தாக்குப் பிடித்து நிற்பதற்கும் மற்றொன்று தொலைந்து போவதற்கும் வெறுமனே காரணமென்று உறுதியாகச் சொல்ல முடியாத போது காலத்தோடு தாக்குப்பிடித்து நிற்றலை மட்டும் அளவுகோலாகக் கொள்ள முடியாது. புனைவுகளைப் பொறுத்தமட்டில், மதம், அரசியல் போன்ற காரணிகளின் துணையின்றிச் சாகாவரம் பெற்ற படைப்புகள் என்றொரு வகையினம் இருக்க முடியுமா என்ற சந்தேகம் இருந்து கொண்டிருக்கிறது. நம் சூழலில் அது குறித்த உணர்ச்சிவசப்பட்ட அதீத நம்பிக்கைகளும், ஆவேசக் குரல்களும் அடிக்கடி வெளிப்பட்டுக் கொண்டிருந்தாலும்,

எனவே காலத்தை எதிர்கொள்வதற்கான மந்திரச் சிறகுகளை ஒரு படைப்புக்குள் ஒளித்து வைப்பது சாத்தியமில்லை என்றே தோன்றுகிறது. ஒரு படைப்பு அது பிறக்கும் காலத்தை உண்மையாக நேர்மையாகக் கூடுமானவரை முழுமையாக பிரதிபலிப்பதாக இருப்பதை வேண்டுமானால் உத்திரவாதப் படுத்த முடியுமென்று தோன்றுகிறது. இவற்றுள் உண்மை, நேர்மை, முழுமை முதலியவற்றை எவ்வளவு தூரம் வரையறுத்து விட முடியும் என்ற கேள்வி தனியானது.

ஏறத்தாழப் பத்தாண்டுகளுக்கு முன்னால் வெளிவந்தது பெருமாள் முருகளின் ஏறுவெயில் நாவல். பரவலான அங்கீகாரங்களையும், பாராட்டுக்களையும் வெளியான நேரத்தில் பெற்ற அப்படைப்பு ஏற்கனவே ஏற்றுவித்திருந்த பிம்பம் இந்த இடைவெளிக்குப் பிறகு கொஞ்சம் கீறல்களோடு காணப்படுவதை அவதானிக்க முடிகிறது.

தலித்தியம், பெண்ணியம், பின் நவீனத்துவம் முதலான புதிய வெளிச்சங்களின் கீழ் அதைப் பரிசீலனைக்குள்ளாக்கும் போது சில கேள்விகள் எழுகின்றன. குறிப்பாகத் தலித்திய நோக்கில் இந்நாவலை அணுகுவதே இக்கட்டுரையின் நோக்கம்.

இந்நாவல் பொன்னையன் என்கிற விடலைப் பையனை முன்நிறுத்திச் சொல்லப்படுகிறது. அவன் நாவல் தொடங்கும் போது கிட்டதட்ட 18 வயதுள்ள கவுண்டர் வீட்டுப் பையன். அவனின் குறைந்த எல்லைகளையுடைய அறிவு, கருணை, ஆதிக்கம் சார்ந்த மனநிலையில் நாவல் முன் வைக்கப்படுகிறது.

வயற்காட்டை கையகப்படுத்தி, காலனி வருவது அது ஏற்படுத்தும் விளைவுகள், குடும்பம் சிதறிப் போவது, பொன்னையனின் அக்கா ராசாமணி ஒரு தலித் பையனோடு ஓடிப்போய் மீட்கப்படுவது, புதுக்காடு பிடித்து நிலை கொள்வது, அண்ணன் குடிகாரனாகி வீட்டைச் சீரழிப்பது, பொன்னையனின் கல்லூரி அனுபவங்கள், தாத்தாவின் இறப்பு, வாலிபப் பசங்கள் போடும் நாடகம், பைனான்ஸ் கம்பெனிகளின் வருகை, பிரியத்திற்குரிய மணியின் சாவு இவை நாவலின் முக்கிய நிகழ்வுகள். இடையே சக்கிலியர்கள் வாழ்க்கை பொன்னையனின் பார்வையில் சொல்லப்படுகிறது.

பொன்னையனின் உலகமும் அறிவும் குறுகியது. அவனை மையமாகக் கொண்ட நாவலும் மிகக் குறுகிய வெளிக்குள்ளேயே அடங்கி விடுகிறது. அவனது குடும்பமும் அதைச் சார்ந்தவையும் மட்டுமே நாவலில் முன்வைக்கப்படுகின்றன. தான் வாழும் சமுதாயத்தின் கதையாக விரியாமல் வெறுமனே சிதைந்து போன ஒரு குடும்பத்தின் கதையாக முடிந்து விடுகிறது.

கூட்டப்பள்ளி கிராமத்துக் கவுண்டர்களைத் தவிர இருவேறு மக்கள் கூட்டம் முன்வைக்கப்படுகிறார்கள். ஒன்று சக்கிலி வளவில் குடியிருக்கும் சக்கிலியர்கள். மற்றவர்கள் புதிதாய் வந்த காலனியில் குடியேறிய பல்வேறு சாதிகளைச் சேர்ந்த மக்கள். இவர்களை நாவல் பார்க்கும் பார்வை ஒரு விலகல் மனப்பான்மையில் இளக்காரமாக அணுகுவதாகவே இருக்கிறது.

நாவல் சக்கிலி வளவை இவ்வாறு வர்ணிக்கிறது. குடியான வளவு தாண்டி கொஞ்ச தூரம் தள்ளிப் பின்பக்கம் சக்கிலி வளவு. நிலக்குடிசைகள் தாராக் கோழி மாதிரி உட்கார்ந்திருக்கும்.

அம்மணக் குழந்தைகள் வயிற்றைப் புழுத்திக் கொண்டு ஓடி ஆடும். மயிரை விரித்துப் போட்டுக் கொண்டு பொம்பளைகள் தடத்தில் உட்கார்ந்திருப்பர்.

மயிரை விரித்துப் போடுதல் குலமகளிருக்கு அழகல்ல என்பது பொதுப் புத்தியில் நிலை நிறுத்தப்பட்டுள்ள ஒழுக்க மதிப்பீடுகளில் ஒன்று அவ்வாறே வீதிகளும் பெண்களுக்கு அந்நியமானவை. வீதிகளில் போகும் பெண்கள் இழுத்துப் போர்த்திக் கொண்டு, தலையைக் குனிந்தபடி அந்நிய வெளியில் பிரவேசித்த குற்ற உணர்வோடும் பதட்டத்தோடும் போக வேண்டுமென்பது எழுதப்படாத விதிகளில் ஒன்று. இங்கோ தலையை விரித்துப் போட்டுக் கொண்டு தடத்தில் சாவகாசமாய் உட்கார்ந்திருக்கிறார்கள் என்பதை ஆதங்கத்தோடு குறிப்பிடுகிறது நாவல்.

ஒட்டு மொத்தமாய் கிராமத்திலுள்ள தலித் மக்களைக் குறித்து நாவலில் குறிப்பிடப்படுவது ஒரு இடத்தில் தான். அது சின்னச்சாமியின் வள்ளல் தன்மையைக் குறிப்பிடும் இடம்தான். ஆசிரியர் குறிப்பிடுகிறார் எம்.ஜி.ஆர். பிறந்த நாளைக்குச் சாராயம் எல்லாருக்கும் ப்ரீ, சக்கிலிகளும், சக்கிலிச்சிகளும் குடித்து விட்டு ரோடு முழுக்க உருண்டார்கள்.

அடித்தட்டு மக்களின் அதிலும் குறிப்பாக அடித்தட்டு பெண்களின் கலாச்சாரம் குறித்து எழுத்தாளர்களின் மேல்தட்டு மனோபாவம் இவ்வளவு அருமையாய் வெளிப்படுவது இதுவொன்றும் முதல் முறையல்ல. கொங்கு மண்டல முற்போக்கு எழுத்தாளரான சூரியகாந்தனின் அதியற்புதப் படைப்பாய்க் கொண்டாடப்படும் மானாவாரி மனிதர்களும் இதுபோன்ற ஒரு யதார்த்தக் காட்சியை "அங்கதச்" சுவையுடன் வெளியிட்டுத் தன் முற்போக்குத் தனத்தை நிரூபித்தது வாசகர்களுக்கு நினைவிருக்கலாம்.

மழைநேர இரவொன்றில் பாதி கட்டப்பட்டிருக்கும் நிலையில் காலாலுதைத்துச் சுவர்களை இடித்துத் தள்ளும் அப்பனுக்கும், காலனியில் செத்த முதியவரின் பிணத்தை இடுகாட்டில் புதைக்க விடாமல் தகராறு செய்து ஏரிக்கரையில் புதைக்க வைத்த ஊர்க் கவுண்டர்களுக்கும் மட்டுமல்லாது நாவலாசிரியருக்குமே காலனி வாசிகள் மீதுள்ள குரோதம் நாவல் முழுக்க வெளிப்படுகிறது.

“டேய் எங்கிருந்தோ வந்த ஊர் சுத்தி நாயி. நீ பேசறியாடா. அப்படியே இழுத்து வச்சி அறுத்துப்புடுவன்டா. உங்கொப்பனுதையும் சேத்து” என்று முழங்கும் பொன்னையனைப் படைத்த ஆசிரியர் அரைகுறையாய்க் கட்டப்பட்டுக் கொண்டிருக்கும் காலனியை இவ்வாறு வர்ணிக்கிறார். “இரண்டு பக்கமும் பாதிப்பாதி எழும்பி நிற்கும் கட்டிடங்கள் இருட்டில் ஒன்று உயர்ந்து ஒன்று தாழ்ந்து இடிப்பட்டுக் கிடக்கும் பழங்கால நகரம் போலத் தோன்றுகிறது. எல்லாப் பக்கமும் மனிதர்கள் வெளிக்கு உட்கார்ந்திருக்கிற தோரணையில் மணல்களும் சல்லிகளும் குட்டான் குட்டானாய் கிடக்கின்றன.”

நாவல் முன்வைக்கும் தலித்துக்களின் வாழ்க்கையும் பொன்னையனின் பிரியத்திற்கினிய மணி என்கிற நாயினுடையதும் ஏறத்தாழ ஒன்றேயாக இருக்கிறது. வண்டியிலடிபட்டுக் கொட்டை வீங்கிப் புண்களுடன் செத்துப் போகும் மணியைப் போன்றே தலித் பாத்திரங்கள் வந்து போகின்றன. மணியும் விசுவாசமாய் வீட்டைச் சுற்றி வருகிறது. இவர்களும் சுற்றி வருகிறார்கள். மணியும் அடி உதைகளைத் தாங்கிக் கொண்டு வாலாட்டுகிறது. இவர்களும் அவ்வாறே.

ஒரு துயரச் சித்திரத்தை நிறுவுவதற்காகவோ என்னவோ தலித் பாத்திரங்கள் உயிரற்று, உணர்வற்று வந்து போகின்றன. தலித்துகளின் எதிர்ப்புணர்வு. ஒரு இடத்தில் கூடப் பதிவு செய்யப்படவில்லை. பிறகு, கருக்கு, பழையன கழிதலும் போன்ற நாவல்களை இங்கு ஒப்பிட்டுக் கொள்ளலாம். அந்நாவல்களில் தலித்துகளின் எதிர்ப்புணர்வு எதிர்த் தாக்குதல்களாகவோ, செயல்களாகவோ வெளிப்பட்டு உயிர்ப்புடன் திகழ்வதைக் காண முடியும்.

நாவலின் மையமான விஷயமே. கவுண்டர்களின் வயற்காட்டை கவர்மெண்ட் கையகப்படுத்தி அந்த இடத்தில் காலனி வருவதுதான். அதைத் தொட்டுதான் எல்லாக் குளறுபடிகளும் நடக்கின்றன, கவுண்டர்களின் குடும்பம் சிதைந்து வேரற்றுப் போவது மட்டுமன்றி, சிவன் மேல் பட்ட அடி சகல ஜீவராசிகளின் மேலும் விழுந்தது போல் எல்லாரும் பாதிக்கப்பட்டு லோகமே தலைகீழானதைப் போன்ற ஒரு பதற்றத்தை நாவல் தருகிறது.

இவர்கள் குடும்பம் மட்டுமன்றி ஐந்தறிவுள்ள மணியும் கூட இடம் பெயர முடியாமல் முடிவில் அவலமாய் இறந்து போக,

அந்நிலங்களைச் சார்ந்திருந்த குப்பாடிச் சக்கிலியைப் போன்றவர்கள் பாதி நேரங்களில் செருப்பு தைக்கவும், மீதி நேரங்களில் சக்கிலிச்சிகளை விபச்சாரத்துக்குக் கூட்டிக் கொடுப்பதுமாய் ஆகிறார்கள். ராமாயியைப் போன்ற சக்கிலிச்சிகள் உடலை விற்கும் நிலைக்குத் தள்ளப்படுகிறார்கள் என்று நாவல் முன் வைக்கிறது.

காலனியின் வருகையை தலித்துகள் எப்படிப் பார்த்தார்கள். என்பதை நாவல் அறியத்தரவில்லை, ஆளுக்காரர்களாயிருந்து தறிவேலைக்கும், பிற வேலைகளுக்கும் டவுனுப் பக்கம் போனவர்கள் காலனியிலேயே கக்கூஸ் கழுவியவர்கள் அதை எப்படிப் பார்த்தார்கள் என்பதைக் குறித்து மௌனம் சாதிக்கிறது நாவல்.

ஒப்பீட்டளவில் பார்த்தாலும் ஆளுக்காரிச்சிகளாய் இருந்து விபச்சாரிகளாய் ஆனவர்கள் கொஞ்சம் சுதந்திரம் பெற்றவர்களாகத் தெரிகிறார்கள், “அட சின்னக் கவுண்டரு எப்ப வந்திங்கோ” என்று கேட்டவள் அட ஆபீசர் பையனா, ஏன்யா மொளைச்சு மூணு எல உடுல உங்களுக்கு வாரத்துக்கொருக்கா பொம்பள கேக்குதா? வாய்யா வந்து உழுவு. உம் பாவமும் சேந்து எனக்கு வரட்டும்” என்று நறுக்கென்று கேட்க முடிகிறது. விபச்சாரிகளுக்காவது தன் உடம்பின் மீதான குறைந்தபட்ச அதிகாரத்தை வைத்துக் கொள்ள முடிகிறது. பேரம் பேச முடிகிறது. ஆளுக்காரிச்சிகளாய் சிறு வயதிலிருந்தே அடி, மிதி வாங்கி சின்னுச்சாமி போன்றவர்களின் கொட்டாய்களிலும், வயல் வெளிகளிலும் உடலைக் கொடுத்து உதவுவதைக் கடமையாய்க் கொண்டிருப்பதை விட விபச்சாரிகளின் பாடு மேலானதில்லையா என்பன போன்ற கேள்விகள் இருக்கின்றன.

இந்நாவலின் மையப் பாத்திரமாய் வரும் பொன்னையனை எடுத்துக் கொள்ளலாம். இவனை முன்வைத்துதான் நாவல் சொல்லப்படுகிறது. ஊர்க் கவுண்டர்களிடம் வேர் கொண்டுள்ள சாதியம் விமர்சிக்கப்படுவது இவனுடைய வார்த்தைகளில் தான். அல்லது வேறு வார்த்தைகளில் சொன்னால் நாவலாசிரியர் தனது கருத்தை வெளிப்படுத்துவது இப்பாத்திரத்தின் மூலம் தான். இப்பாத்திரம் ரொம்ப முற்போக்காகத் தன்னைக் காட்டிக் கொள்கிறது.

உதாரணத்துக்குச் சக்கிலி ராமனின் மகன் சக்திவேல் எழுதிய நாடகத்தை அரங்கேற்ற சாதியத் திமிரோடு சின்னுச்சாமி மறுத்துப்பேசும் போது, “அதெதுக்கு மாமா சாதி அது இதுன்னு

பேசாதீங்க. அவனுங்களும் நம்மூருக்காரங்கன்னுதான் சேத்தறோம்" என்று பேசுவதையும் நண்பர்களுடன் விபச்சாரியைத் தேடிப் போன இடத்தில் ராமாயியைக் கண்டு ஓடி வந்து மன அவசத்தில் புழுங்கும் போது, 'எங்காவது வீட்டு வேலைக்குப் போயிருக்கலாமே நீ'. 'சக்கிலிச்சியை யார் வீட்டு வேலைக்கு வைத்துக் கொள்வார்கள்', 'உனக்கென்று வேலையே இல்லாமல் போனதோ' என்று புழுங்குவதையும் குறிப்பிடலாம்.

ஆனால் அவனிடம் சாதியத்தின் ஆதிக்கக் கூறுகள் ஆழமாய் வேர் பாய்ச்சி இருப்பதை உணர முடியும் நாம் நிறைய தருணங்களில், தன் ஆயாவிடம் பேசும் போது ஆளுக்காரக் குப்பாடிச் சக்கிலியைக் குறித்து இப்படிச் சொல்கிறான். "அவனுக்கு என்னாயா எங்கேயோ டவுனுப் பக்கம் போறானாட்டம் இருக்குது. நாயும், நக்கலும் பொறுக்கித் தின்னுட்டு வருவான்."

தனது நண்பர்களுடனான சிறு சண்டையின் போது "எந்த கவர்மென்டுக்காரன் வந்தாரான்னு பாக்கறமே! குதிங்காலு நரம்பத் துள்ளத் துள்ள வெட்டிப் புடுவம்டா கவுண்டனப் பத்தித் தெரியாது உனக்கு" என்று சொல்வதையும் உதாரணமாய்ச் சொல்ல முடியும்.

நாவலில் தலித் பாத்திரங்களைக் குறித்த வர்ணனையின் போது ஆசிரியர் குறிப்பிடும் உதாரணங்களும் இழிவைச் சுமத்தி நிற்கின்றன. ராமாயியைக் குறித்து வர்ணனை இவ்வாறு முன்வைக்கப்படுகிறது. "அவள் பேசுகிற தோரணையே அலாதியானது. தலையை ஓடக்கானாய் அசைப்பதும், முகத்தைக் கோணிக் கொள்வதும், கைகளைச் சொடக்கு முறித்துச் சாபம் இடுவதும், ஏற்ற இறக்கங்களோடு ராகம் இழுப்பதும் பேச்சை விட்டு விட்டு இவற்றை எல்லாம் கவனித்துக் கொண்டிருக்கலாம் என்று தோன்றும்" என்பதாக.

நாடக இயக்குநன் சக்திவேல் கவுண்டப் பையன்களிடையே அடிபடுவதை காக்கைகளுக்கிடையே சிக்கிய எலியாய் அவன் திமிறினான் என்று குறிப்பிடுகிறார்.

சக்கிலிச்சியையும் சக்கிலியனையும் உதாரணப்படுத்த ஓடக்கானும் எலியும் கிடைக்கிறது நாவலாசிரியருக்கு. இதே ஆசிரியர் பொன்னையனின் ஆயாவையும் தாத்தாவையும் எதைக் கொண்டு உதாரணப்படுத்துகிறார் எனக் காணலாம்.

ஆயா, "முதுமையில் பால் விடாத எருமையின் கிடாக்கன்று மாதிரி சாகவோ பிழைக்கவோ" என்றிருக்கிறாளாம்.

தாத்தாவைச் சொல்லும்போது, "கோமணத்தோடு படுக்கும் தாத்தாவின் உடம்பு காய்ந்த வாழையிலை மாதிரி வாடிச் சுருங்கி கிடக்கிறது" என்கிறார்.

இதே தாத்தா 'கிழட்டு நாய் எக்கி, எக்கி வாந்தி எடுக்கிற மாதிரி குலுங்கி குலுங்கி அழுவதாக' வர்ணிக்கப்படுகிறார் ஒருமுறை, அது குடித்துவிட்டு வந்து அழும் போது என்பது இங்கு குறிப்பிடப்பட வேண்டியது.

நாவலாசிரியர் தேர்ந்து கொண்ட எதார்த்தவாதக் கதை சொல்லல் முறையின் சில பலவீனங்களும் நாவலைப் பாதித்து விட்டிருக்கிறது. அறுபது எழுபது வயதான குப்பாடி போன்ற தலித் பாத்திரங்கள் அவன், இவன் என்று ஏகவசனத்தில் பேசப்படுவதும், அதே வயதும் அல்லது அதற்குக் குறைவான வயதுமுடைய மற்ற பாத்திரங்களுக்கு மரியாதை விளிப்பு கிடைப்பதையும் வேறெந்த முறையிலும் நியாயப்படுத்த முடியவில்லை.

பொதுவான வாசிப்பில் இதற்கு நேர்மாறான விதத்திலும் வாசிப்பு சாத்தியம் தான். வரவேற்கத்தகுந்த நிறைய விஷயங்கள் இந்நாவலில் இருக்கவே செய்கின்றன. பாலியல் குறித்த விஷயங்களைப் பதவிசாக மூடி மறைத்துப் பம்மாத்து பண்ணாமல் நேரடியாகப் பேசுவது, வடிவத்தில் நிகழ்த்திப் பார்த்த சிறு சோதனைகள், அலட்டல் இல்லாத எளிமையான நடை, மண் மணம் வீசும் இயல்பான உயிர்த்தெதும்பும் மொழி இன்னுமிவை போன்று பொருட்படுத்திச் சொல்லத்தக்க நிறைய விஷயங்கள் இருக்கவே செய்கின்றன. ஏற்கனவே பலமுறை அவை சொல்லப்பட்டு விட்ட காரணத்தால் அவற்றை இங்கு நான் தொடவில்லை.

இந்நாவல் வெளியான பிறகு வந்த *நிறப்பிரிகை* முதலான இதழ்கள் வந்தபின் தமிழ்ச் சிந்தனைப் போக்கில் நிறைய மாறுதல்கள் நிகழ்ந்துள்ளன. அடித்தட்டுப் பார்வை, சாதீயம் குறித்த வேறுவிதமான கேள்விகள், புரிதல்கள் என்று ஒரு புது உலகம் நம் கண்களுக்குத் தெரியவந்துள்ளது. அவற்றையெல்லாம் முந்தைய படைப்புகளில் எதிர்ப்பார்ப்பது சரியாய் இருக்குமா என்ற கேள்வி அர்த்தம் பொதிந்தது. ஏனெனில், கலைஞன் என்பவன் முக்காலமும்

உணர்ந்த ஞானி, பற்றற்ற யோகி, எல்லாமும் உணர்ந்து தெளிந்த புத்தன் என்பது போன்ற புனைவுகளில் எனக்கு நம்பிக்கையில்லை.

□ புதிய கோடாங்கி, ஜூலை 2001

தீப்பிடிக்க வைக்கும் இந்துத்துவ எதிர்ப்பு

ஹைடெக் இந்துத்துவமாக பரிணாமம் பெற்றுள்ள நம் காலத்திய இந்துத்துவ பாசிசத்திற்கெதிரான அறிவியக்கச் செயல்பாடுகளில் தமிழ்ச் சூழலில் முக்கியமானவர்கள் பேரா. அ. மார்க்ஸ், எஸ்.வி. ராஜதுரை, பேரா. தொ. பரமசிவன், பேரா. ஆ. சிவசுப்பிரமணியன் ஆகியவர்கள். இவர்கள் ஒவ்வொருவரும் தங்களுக்குரிய தனித்த முறைகளில் இந்துத்துவத்தைத் தோலுரித்துக் கொண்டிருக்கின்றனர்.

இந்துத்துவத்தை விமர்சித்து பேரா. அ. மார்க்ஸ் பல்வேறு இதழ்களில் கடந்த இரண்டாண்டுகளில் எழுதிய கட்டுரைகளின் தொகுப்பாக வந்திருக்கிறது இந்துத்துவத்தின் இருள்வெளிகள், கருப்புப் பிரதிகள் பதிப்பக வெளியீடாக வந்துள்ள இத்தொகுப்பில் மொத்தம் 23 கட்டுரைகள் உள்ளன. அவற்றில் ஒன்று டாக்டர் அர்ஜுன் தேவ் உடனான நேர்காணல்.

கடந்த இரண்டாண்டுகளில் இந்துத்துவம் மேற்கொண்ட ஒவ்வொரு நடவடிக்கையையும் அதன் ஒவ்வொரு அசைவையும் விழிப்புடன் அவதானிப்பது அவற்றைக் குறித்து எச்சரிக்கை செய்வது கண்டனம் செய்வது என்று இந்துத்துவ எதிர்ப்பின் கடந்த இரண்டாண்டுகளின் நிகழ்வுப் பதிவேடாக இருப்பது இத்தொகுப்பு முக்கியத்துவம் பெறுதலின் காரணங்களில் ஒன்று. பாகிஸ்தானுடனான போரைத் தூண்டும் இந்துத்துவவாதிகளின் திமிர் பேச்சு, மதரசாக்களின் மீதான இந்துத்துவ அரசின் தாக்குதல், சிறுபான்மையினர் நடத்தும் பள்ளிகளின் மீதான அடக்குமுறை, மதமாற்றத் தடைச் சட்டம், ஆடு, கோழி பலி தடுப்புச் சட்டம், குஜராத் தேர்தல், சாவர்க்கர் படம் நாடாளுமன்ற அவையில் திறப்பு, ஜெயேந்திரனின் தந்திர சமரசத் திட்டம், திரிசூல தீட்சை, கல்வியில் காவித் திணிப்பு என்று எல்லா நிகழ்ச்சிப் போக்குகளும் இத்தொகுப்பில் விமர்சிக்கப்பட்டுள்ளன.

தீப்பிடிக்க வைக்கும் உரைநடை, கூர்மையான விமர்சனப் பார்வை இவை அ. மார்க்ஸை பிறரிடமிருந்து தனித்துக் காட்டுவன. இத்தொகுப்பிலும் அவற்றை நாம் காண முடியும். உதாரணத்துக்கு கீழ்கண்ட இரு பகுதிகளைக் காணலாம்.

"கொலை விசாரணையின் போதும்கூட கோட்சே அளவு, நேர்மையும் மன உறுதியுமின்றி சொந்தக் கும்பலுக்கும் கூட ஒரு துரோகியாக வெளிப்பட்டவர் சாவர்க்கர். தனக்கும் இந்தக் கொலைக்கும் சம்பந்தம் இல்லை என வழக்கம் போல மன்னிப்பு விண்ணப்பம் அனுப்பினார். வழக்கு விசாரணையின் போது தனது சக தோழர்களிடம் பேசாது ஒதுங்கி நின்றார். வக்கீலைச் சந்தித்துப் பேசும் போதெல்லாம் தனது விடுதலையைப் பற்றி மட்டுமே கவலைப்பட்டார். கடைசி நேரத்தில் ஓர் ஆறுதல் வார்த்தை, இரக்கப் பார்வை, ஒரு அன்புக் கை குலுக்கல் ஆகியவற்றைக் கூட தனது குரு தனக்கு அளிக்கவில்லையே எனத் தூக்கு மரத்துக்காகக் காத்திருந்த நாதுராம் கோட்சே கண்கலங்கினான்,"

"திரிசூலம் வழங்குவதன் நோக்கம் வன்முறைதான். வெறும் இந்து அடையாளமாகத் தான் வழங்கப்படுகிறது என்றால் வலிமையான எஃகில் செய்யப்பட்ட திரிசூலங்களை ஏன் வழங்க வேண்டும். மரத்தில் அல்லது பிளாஸ்டிக்கில் செய்யப்பட்டதை வழங்கக் கூடாதா? அல்லது ராமனை முன்னிலைப்படுத்துகிற இவர்கள் திருமாலின் இன்னொரு அவதாரமாகிய கிருஷ்ணனின் புல்லாங்குழலை வழங்கக் கூடாதா? விசுவ இந்து பரிசத்தைப் பொருத்தமட்டில் அதன் மூலம் தீட்சிக்கப்படுகிறவர்கள் பெரும்பாலும் பிற்படுத்தப்பட்டவர்களும் தாழ்த்தப்பட்டவர்களும் தான். அவர்களுக்கெல்லாம் பூணூல் தீட்சை வழங்கக்கூடாதா இன்னும் எளிதாயிற்றே; மலிவாயிற்றே."

அ.மா.வின் விமர்சன நோக்கு தாட்சண்யமற்றது. இத்தொகுதியில் உள்ள கட்டுரைகளிலும் கூட இந்துத்துவத்தையும் அதன் அந்நாள், இந்நாள் மூலவர்களையும், அதன் படை பட்டாளங்களையும் மட்டுமல்லாது, மதச்சார்பற்ற சக்திகள் எனப்படுபவையும் கூட விமர்சனத்துக்குள்ளாகின்றன. குஜராத் தேர்தல் பிரச்சாரத்தை இந்துக் கோயிலிருந்து சோனியாகாந்தி துவக்கியது. மத்தியப் பிரதேச காங்கிரஸ் முதல்வர் திக்விஜய்சிங் பசு வதைத் தடையை வலியுறுத்துவது, அஜித்ஜோகி ராமர் புகழ் பாடுவது, அசோக் கொலோட்

முற்பட்ட சாதிகளுக்கான இட ஒதுக்கீடு கோருவது உள்ளிட்ட காங்கிரஸின் மென்மை இந்துத்துவப் போக்குகள், விமர்சிக்கப் படுகிறது நூலில். இந்துத்துவத்திற்கு எதிரான அணிதிரட்டலில் பலவீனமாயிருப்பது பாடநூல்களில் பாசிச சிந்தனைகளைக் கலப்பது குறித்து தாம் ஆளும் மாநிலங்களில் கூட அசிரத்தையாய் இருப்பது போன்ற காரணங்களை முன்னிட்டு இடதுசாரிகள் விமர்சனத்துக்குள்ளாகின்றனர். குஜராத் இனப் படுகொலைக்குப் பின்பான தேர்தலில் மாயாவதி இந்துத்துவவாதிகளுக்கு ஆதரவாகப் பிரச்சாரம் செய்தது. அம்பேத்கர் தோற்றுவித்த குடியரசு கட்சி தன் கொள்கைகளைத் தொலைத்து விட்டு சிவசேனை போன்றவற்றுடன் கூட்டணி அமைப்பது, இந்துத்துவத்துடன் சோரம் போகத் தயாராகி விட்ட தமிழ் நாடு தலித் அமைப்புகள் என்று தலித் கட்சிகளும் விமர்சனத்துக்கு உள்ளாக்கப்படுகின்றன.

இத்தொகுப்பு 'இந்துத்துவம் ஒரு பன்முக ஆய்வு - 3 ஆம் பாகம்' என்ற துணைத் தலைப்புடன் வந்திருக்கிறது. என்னைப் பொறுத்தளவில் இத்துணைத் தலைப்பு இடப்பட்டதில் உடன்பாடு இல்லை. இந்துத்துவம் ஒரு பன்முக ஆய்வு. ஆட்சியில் இந்துத்துவம் என்று முன்பு வந்த இரு நூல்களிலிருந்து இந்நூல் சில விஷயங்களில் வேறுபடுகிறது. அந்நூற்கள் இரண்டும் இந்துத்துவம் குறித்த ஆழமான ஆய்வாக வெளிவந்தன. அதற்கு அந்நூலிலுள்ள கட்டுரைகள் பக்க வரையறைகள் இன்றி விரிவாய் எழுதப்பட்டது ஒரு காரணமாய் இருக்கலாம். இத்தொகுப்பிலுள்ள கட்டுரைகளோ பெரும்பாலும் புதிய காற்று, சமநிலைச் சமுதாயம், ஒற்றுமை முதலான இஸ்லாமிய ஏடுகளிலும், கவிதாசரண் போன்ற இதழ்களிலும் எழுதப்பட்டவை. அதனாலேயே இக்கட்டுரைகள் எழுதப்படும் போதே குறிப்பிட்ட வாசகர்களை மனதில் வைத்து எழுதப்பட்டவை. இக்கட்டுரைகளில் முன்னைய நூல்களைப் போல் விரிவான அலசலுக்குப் பதிலாக விஷயங்களை மேலோட்டமாய்ச் சொல்லிச் செல்லும் போக்கே உண்டு. "சமஸ்கிருதத்தின் பெருமையை முழக்கிய மாக்ஸ் முல்லர், இந்திய ஆன்மீக மரபை உலகறியச் செய்த தியாசபிகல் சொசைட்டியினர், திராவிட மொழிகளில் ஒப்பிலக்கணம் கண்ட அறிஞர் கால்டுவெல், தேவாரத்தையும், திருக்குறளையும் ஆங்கிலத்தில் பெயர்த்த அறிஞர் ஜி.யு. போப், சிந்துவெளி நாகரிகம் குறித்த அரிய ஆய்வுகளை முன்வைத்த ஈராஸ் பாதிரி, என்றொரு பட்டியலை நான் நீட்ட நினைத்தால் இந்த இதழ் புதிய காற்று முழுமையும் கூட அதற்குப் போதுமா" என ஒரு கட்டுரையில்

கேட்கிறார் அ. மார்க்ஸ். அது போலவே, ஒரு கட்டுரையில், "கார்ல் மார்க்சின் எதிரிகளும் கூடச் சொல்ல தயங்குகிற குற்றச்சாட்டுகளை இப்பாட நூற்கள் அவர் மீது வைக்கின்றன. வில்லியம் ஜோன்ஸ் போல மார்க்சும் காலனிய ஆதரவாளராம். இனவெறிப் பார்வை உடையவராம். பிரிட்டிஷ்காரரர்களை ஆதரித்தவராம். ஹெகலிடமிருந்து கருத்துக்களை எடுத்துக் கொண்டவராம்" என்று போகிற போக்கில் எழுதிச் செல்ல வேண்டியிருக்கிறது. இக்கட்டுரைகளிலுள்ள உடனடித் தன்மைக்குத் தேவைகள் உண்டு. அதே உடனடித் தன்மை மேலோட்டமாய்க் கோடிட்டுக்காட்டலைத் தவிர நிறைய இடங்களில் கூறியது கூறல் போன்றவற்றிற்கும் காரணமாய் இருக்கிறது.

முந்தைய தொகுப்புகளான 'இந்துத்துவம் ஒரு பன்முக ஆய்வு' 'ஆட்சியில் இந்துத்துவம்' ஆகியவற்றில் இடம் பெற்ற செய்திகள் மீண்டும் மீண்டும் இத்தொகுதியில் இடம் பெற்றிருக்கின்றன. உதாரணத்துக்கு NCERT இயக்குனர் ஜே.எஸ். ராஜ்புத் கல்வி நிறுவனங்களுக்கு அனுப்பிய சுற்றறிக்கையை முன்வைத்த கருத்துக்கள் ஆட்சியில் இந்துத்துவம் நூலில் இடம் பெற்றவை.

மீனாட்சிபுரம் மதமாறுதல் தொடர்பான SC/ST பிரிவு இயக்குனரின் அதிகாரபூர்வ அறிக்கை தொடர்பான விஷயங்கள் ஆட்சியில் இந்துத்துவம் நூலில் இடம் பெற்றவை.

இவை தவிர கட்டுரைகளைத் தொகுத்த விதத்திலும் கால வரிசைப்படி தொகுத்திருக்கலாம். அது தொடர்ச்சியான வாசிப்புக்கு உதவி செய்வதாய் இருந்திருக்கும்.

பதிப்பாளரைப் பொருத்தவரை புத்தகத் தயாரிப்பு நன்றாக இருக்கிறது. பிழைகளைத் தவிர்க்க முயற்சி செய்திருந்தால் நன்றாக இருந்திருக்கும். ஜனதா ஆட்சி 1997 இல் நடந்ததாக ஓரிடத்தில் அச்சாகியிருக்கிறது. கலவரங்களுக்குப் பிறகு நான்கு கோடி வேட்பாளர்கள் இடம் பெயர்ந்துள்ளனர் என்று ஓரிடத்தில் அச்சாகியிருக்கிறது. தொகுப்பிலுள்ள 13 ஆவது கட்டுரை வெளியான ஆண்டு டிசம்பர் 2004 என்று ஓரிடத்தில் அச்சாகியிருக்கிறது. இவை தவிரவும் எழுத்துப் பிழைகள் ஆங்காங்கே.

☐ புதிய பார்வை, 15 மே 2005

⊙

கருப்புப் பிரதிகளின்
புதிய வெளியீடுகள்

1. **மூமின்** (சிறுகதைகள்) – ஷோபாசக்தி
2. **ஓலம்** (நாவல்) மூலம்: சரண்குமார் லிம்பாலே
   தமிழில்: ம. மதிவண்ணன்
3. **எருமைத் தேசியம்** (கட்டுரைகள்)
   மூலம்: காஞ்ச அய்லய்யா
   தமிழில்: கவின்மலர்
4. **நவகண்டம்** (கவிதைகள்) – ம. மதிவண்ணன்
5. **பார்ப்பனிய மண்ணில் மார்க்சியம்**
   மூலம்: எஸ்.கே. பிஸ்வாஸ்
   தமிழில்: பூங்குழலி
6. **ஆனைக் கோடாரி** (சிறுகதைகள்)
   – தர்மு பிரசாத் (இலங்கை – பிரான்ஸ்)
7. **அயலாள்** (கவிதைகள்)
   – தர்மினி (இலங்கை – பிரான்ஸ்)
8. **நாங்கூழ்** (கவிதைகள்)
   – மின்ஹா (இலங்கை)
9. **பறை** (ஆய்வு நூல்)
   – முனைவர் மு. வளர்மதி
10. **தனுஜா: ஈழத் திருநங்கையின் பயணமும் போராட்டமும்**
    – தனுஜா சிங்கம் (இலங்கை – ஜெர்மனி)
11. **கொரோனா வீட்டுக் கதைகள்**
    – மனோ சின்னத்துரை (இலங்கை – பிரான்ஸ்)